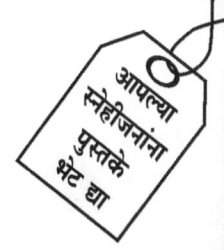

॥ शिवछत्रपती ॥

एक मागोवा

डॉ. जयसिंगराव भाऊसाहेब पवार

AA000772

मेहता पब्लिशिंग हाऊस

✆ +91 020-24476924 / 24460313
Email : info@mehtapublishinghouse.com
production@mehtapublishinghouse.com
sales@mehtapublishinghouse.com
Website : www.mehtapublishinghouse.com
◆ *या पुस्तकातील लेखकाची मते, घटना, वर्णने ही त्या लेखकाची असून त्याच्याशी प्रकाशक सहमत असतीलच असे नाही.*

SHIVCHATRPATI EK MAGOVA by Dr. JAYSINGRAO PAWAR
शिवछत्रपती : एक मागोवा / संशोधनात्मक

© डॉ. जयसिंगराव भाऊसाहेब पवार

'शिवतेज' १०८, साने गुरुजी वसाहत, राधानगरी रोड,
कोल्हापूर - ४१६०१२. ✆ (०२३१) २३२२६४२
प्रकाशक : सुनील अनिल मेहता, मेहता पब्लिशिंग हाऊस,
१९४१, सदाशिव पेठ, माडीवाले कॉलनी, पुणे - ४११०३०.

मुखपृष्ठ : चंद्रमोहन कुलकर्णी
प्रकाशनकाल : २४ एप्रिल, २००५ / नोव्हेंबर, २००७ /
मेहता पब्लिशिंग हाऊस यांची सुधारित तृतीयावृत्ती : मार्च, २०१८

P Book ISBN 9789387789159
E Book ISBN 9789387789166
E Books available on : play.google.com/store/books
www.amazon.in

गुरुवर्य -
प्राचार्य डॉ. आबासाहेब शिंदे...
ज्यांनी माझ्या आयुष्यात
Friend, Philosopher & Guide ची
भूमिका बजावली,
त्यांना आदरपूर्वक...

प्रस्तावना

छत्रपती शिवाजी महाराज यांचे चरित्र व त्यांची कामगिरी या विषयावर लिहिलेल्या संकीर्ण लेखांचा हा संग्रह इतिहासप्रेमी वाचकांच्या हाती देताना आम्हास आनंद होतो आहे. हे लेख प्रसंगविशेषी लिहिले आहेत.

उदाहरणार्थ, स. १९७४ साली महाराष्ट्रात शिवाजी महाराजांच्या राज्याभिषेकाची त्रिशताब्दी मोठ्या प्रमाणावर साजरी केली गेली. महाराष्ट्र शासनाच्या वतीने डॉ. बी. जी. कुंटे यांच्या संपादनाखाली 'शिवराजाशी आठवावे' नावाचा एक स्मरणग्रंथ प्रकाशित करण्यात आला. त्यामध्ये प्रस्तुत लेखसंग्रहामधील 'शिवछत्रपती आणि त्यांचा परिवार' हा लेख लिहिला होता.

शिवचरित्रातील हा विषय तसा बराच नाजूक आहे. शहाजीराजे, राजमाता जिजाबाई, राणी सोयराबाई, युवराज संभाजीराजे या राजपरिवारातील महत्त्वाच्या व्यक्तींशी असलेल्या शिवाजी महाराजांच्या भावनिक नात्याची चर्चा करणारा हा लेख आहे. त्यामध्ये संभाजीराजांचा स्वराज्यातील विद्रोह, राणी सोयराबाईंचा महाराजांवरील तथाकथित विषप्रयोग, महाराजांच्या तथाकथित उपस्त्रिया आदी कौटुंबिक मुद्द्यांचा ऊहापोह केलेला आहे.

दुसरा लेख 'शिवा काशीद' या शिवकालातील एका सामान्य माणसाच्या असामान्य हौतात्म्याबद्दल आहे. सिद्दी जोहरच्या वेढ्यात पन्हाळ्याहून विशाळगडी निसटून जात असता शिवाजी महाराजांचे प्राण बाजीप्रभू देशपांडे याने आपल्या स्वामिनिष्ठेने व शौर्याने वाचविण्याची कथा महाराष्ट्राला चांगलीच परिचित आहे; पण याच संकटकालात पन्हाळगडाच्या पायथ्याशी असणाऱ्या नेबापूर गावच्या शिवा काशीदने महाराजांच्यासाठी आत्मबलिदान केल्याची कथा कोल्हापूर जिल्ह्याच्या बाहेर फारच थोड्या लोकांना माहीत आहे.

या वीर पुरुषाचे स्मारक पन्हाळगडावर भव्य पुतळ्याच्या रूपाने स. १९९६ साली 'वीर शिवा काशीद स्मारक समिती'ने उभारले. (शिवा काशीदचा हा पुतळा पन्हाळगडात प्रवेश करतानाच आपल्या नजरेत भरतो.) त्या वेळी स्मारक समितीने 'शिवरत्न' नावाची स्मरणिका प्रकाशित केली. त्या स्मरणिकेसाठी आम्ही या संग्रहामधील 'शिवाजीराजासाठी आत्मबलिदान करणारा शिवा काशीद' हा लेख लिहिला होता. त्यामध्ये पन्हाळगडाच्या पायथ्याशी आजही दरवळत असणाऱ्या शिवा काशीदच्या लोककथेस डच रेकॉर्ड्समध्ये कसा आधार मिळतो आणि त्यामुळे या लोककथेस एका ऐतिहासिक कथेचे स्वरूप कसे प्राप्त होते, याचे विवेचन केलेले आहे.

तिसरा लेख युवराज संभाजीराजांच्या व्यक्तिमत्त्वाच्या जडणघडणीची व पितापुत्राच्या संबंधांची चर्चा करणारा आहे. स. १९८९ साली छत्रपती संभाजी महाराजांच्या हौतात्म्याची त्रिशताब्दी सर्व महाराष्ट्रात साजरी केली गेली. संभाजी महाराज कोकणात संगमेश्वर या ठिकाणी शत्रूकडून कैद झाले, त्या ठिकाणी त्यांचे स्मारक उभे राहावे, यासाठी रत्नागिरी-कोल्हापूर जिल्ह्यांचे मिळून 'छत्रपती संभाजी महाराज स्मारक मंडळ' स्थापन झाले. या निमित्ताने आमच्यावर 'छत्रपती संभाजी स्मारक ग्रंथ' संपादन करण्याची जबाबदारी सोपविली गेली. यथावकाश हा ग्रंथ तयार होऊन स. १९९०मध्ये त्याचे प्रकाशन झाले. या ग्रंथास आम्ही सुमारे शंभर पानांची प्रदीर्घ प्रस्तावना लिहिली होती. आता हा ग्रंथ दुर्मिळ आहे.

या प्रस्तावनेमधीलच शिवचरित्राशी संबंधित असणारा भाग 'शिवछत्रपती आणि युवराज संभाजीराजे' या शीर्षकाखाली लेखरूपाने येथे आम्ही पुन:प्रकाशित करीत आहोत. युवराज संभाजी राजांच्या व्यक्तिमत्त्वाच्या जडणघडणीचा शोध घेत असतानाच त्यांच्या चारित्र्यहननाच्या कथांचे खंडन, त्यांची स्वराज्याविरुद्धच्या बंडखोरीची मीमांसा, प्रत्यक्ष पित्याशी झालेल्या भावनिक संघर्षाची चर्चा अशा संभाजी चरित्रामधील अनेक महत्त्वपूर्ण बाबींना हा लेख स्पर्श करतो. हे करीत असता प्रसिद्ध इतिहासकार त्र्यं. शं. शेजवलकर व विख्यात साहित्यिक वसंत कानेटकर यांच्याशी असलेले मतभेदही लेखकाने स्पष्टपणे नमूद केले आहेत.

चौथा लेख शिवाजी महाराजांनी आपल्या कारकिर्दीत स्वराज्यात घडवून आणलेल्या एका महान सामाजिक क्रांतीची ओळख करून देणारा आहे. हिंदवी स्वराज्याची स्थापना ही महाराजांची थोर राजकीय कामगिरी सर्वांना सुपरिचितच आहे. त्यामुळे एक महान राजकीय क्रांतिकारक म्हणून त्यांची प्रतिमा जनमानसात रुजली आहे; पण महाराजांची 'स्वराज्या'ची संकल्पना केवळ परकीय दास्यापासून स्वजनांची मुक्तता एवढ्यापुरतीच मर्यादित नव्हती; तर जुलमी स्वकीयांच्या पिळवणुकीपासूनची त्यांची मुक्तताही त्यामध्ये त्यांना अभिप्रेत होती.

त्या दृष्टीने महाराजांनी परगण्यातील देशमुख-देशपांडे यांसारख्या वतनदारांची

वतने हक्कलाजिमे व इनामांसह बरखास्त करून शेकडो वर्षे चालत आलेल्या जुनाट वतनसंस्थेवर घणाघाती हल्ला केला आणि सामान्य रयत व सामान्य व्यावसायिक यांची पिढ्यान्पिढ्या होणारी अनेक स्तरांवरील पिळवणूक थांबवली. खरे तर हे कार्य राजकीय क्रांतीसारखेच महान कार्य होते; पण महाराजांच्या निधनानंतरच्या कालखंडात छत्रपती राजाराम महाराजांच्या कारकिर्दीत औरंगजेब बादशहाच्या स्वारीमुळे निर्माण झालेल्या अभूतपूर्व परिस्थितीत या वतनसंस्थेचे पुनरुज्जीवन केले गेले आणि महाराजांचे हे थोर सामाजिक क्रांतीचे कार्य इतिहासजमा होऊन गेले.

परिणामी, महाराजांच्या या कार्याचे महत्त्व पुढे राहिले नाही. दुर्दैवाने इतिहासकार व संशोधक यांचेही या कार्याकडे जेवढे लक्ष जायला हवे होते तेवढे गेले नाही. आणि ज्यांचे लक्ष गेले, ज्यांना या कार्याचे महत्त्व वाटले, त्यांना रामचंद्रपंत अमात्याच्या राजनीतिपर ग्रंथाने (आज्ञापत्र) चकवले. पंताने या ग्रंथात महाराजांची प्रशासननीती विशद करून सांगितली आहे. त्यामध्ये वतनविषयक महाराजांची राजनीती सांगताना त्याने 'अर्धसत्य'च पुढे मांडले आहे. त्यामुळे त्याच्या प्रतिपादनात परस्पर विसंगत विधाने आली आहेत. त्याच्या या साक्षीने कुणीही अभ्यासक गोंधळून जावा, अशी परिस्थिती त्याने उत्पन्न केली आहे.

प्रस्तुत लेखसंग्रहातील वतनविषयक लेखात महाराजांचे वतनासंबंधीचे धोरण समजून घेण्यासाठी पायाभूत असणाऱ्या सर्व साधनांची (सभासद बखर, आज्ञापत्र आणि शिवकालीन अस्सल पत्रे) यांची चिकित्सा करून रामचंद्रपंताच्या अर्धसत्य सांगणाऱ्या नीतीचा पर्दाफाश केलेला आहे आणि त्याचबरोबर महाराजांच्या वतनविषयक नीतीचे पूर्णसत्यही पुराव्यासह मांडले आहे. हा लेख मुंबईच्या 'भारतीय इतिहास आणि संस्कृती' या त्रैमासिकात १९८८ साली प्रथमत: प्रकाशित झाला. येथे त्याची सुधारित आवृत्ती देत आहोत.

यानंतरचा लेख आहे 'शिवछत्रपतींचे कुल : वास्तव कोणते आणि मिथक कोणते?' महाराष्ट्रातील थोर संशोधक डॉ. रा. चिं. ढेरे यांनी २००२ साली 'शिखर शिंगणापूरचा श्री शंभूमहादेव' नावाचा एक बृहद ग्रंथ लिहून सातारा जिल्ह्यातील महादेव डोंगरावर असलेल्या शिखर शिंगणापुरी शंभूमहादेवाची स्थापना बळीप नावाच्या गवळी राजाने केल्याचे सप्रमाण सिद्ध केले आहे; पण डॉ. ढेरे यांनी येथेच न थांबता हा बळीप राजाच शिवछत्रपतींचा पूर्वज होता, असे प्रमेय मांडून महाराजांचे भोसले घराणे हे रजपूत कुलोत्पन्न नसून, ते गवळी-धनगर समाजातून पुढे आले आहे, असे प्रतिपादन केले आहे. खरे म्हणजे डॉ. ढेरे यांचा हा ग्रंथ प्रकाशित झाल्यावर त्यांनी मांडलेल्या या नावीन्यपूर्ण व खळबळजनक सिद्धान्ताची विद्वत् मंडळीमध्ये चर्चाचिकित्सा व्हायला हवी होती; पण तसे फारसे घडले नाही. त्यांच्या

सिद्धान्ताला कोणाचा विरोध झाल्याचे दिसून आले नाही. याचा असाही अर्थ होऊ शकत होता की, डॉ. ढेरे यांचा सिद्धान्त महाराष्ट्रातील अभ्यासकांनी स्वीकारला आहे!

तथापि, डॉ. ढेरे यांच्या ग्रंथाचे परिशीलन केल्यावर आमच्या लक्षात आले की, त्यांनी आधारासाठी घेतलेल्या काही साधनांच्या साक्षी त्यांच्या विरोधात जातात, तर काही साधनांचा अन्वयार्थ त्यांनी त्यांना हवा तसा लावला आहे! या पार्श्वभूमीवर डॉ. ढेरे यांचे प्रतिपादन जसेच्या तसे स्वीकारणे आम्हास अशक्य वाटू लागले. शिवछत्रपतींचे कुल हा तसा महाराष्ट्राच्या दृष्टीने महत्त्वाचा विषय तर आहेच. शिवाय तो आता वादाच्या भोवऱ्यात सापडू पाहत होता. अशा वेळी या प्रश्नाची रास्त बाजू अभ्यासकांसमोर मांडणे, हे आम्ही आमचे कर्तव्य मानले.

दरम्यान, शिवाजी विद्यापीठाच्या इतिहास विभागाचे प्रमुख डॉ. अरुण भोसले यांनी या विषयाचे ऐतिहासिक व सामाजिक महत्त्व लक्षात घेऊन या ग्रंथावर महाराष्ट्रातील इतिहास अभ्यासकांचे एक चर्चासत्र आयोजित केले. प्रस्तुत संग्रहामधील लेख हा त्या चर्चासत्रात वाचलेला शोधनिबंध आहे. पुढे हा लेख 'समाज प्रबोधन पत्रिके'च्या ऑक्टोबर-डिसेंबर २००२च्या अंकात प्रसिद्धही झाला व त्यानंतरच्या काही अंकांत त्याच्यावर अभ्यासकांच्या प्रतिक्रियाही प्रसिद्ध झाल्या. याच विषयावर आम्ही 'अखिल महाराष्ट्र इतिहास परिषदे'च्या चांदवड येथे भरलेल्या अधिवेशनात परिषदेच्या निमंत्रणावरून एक खास व्याख्यानही दिले. धुळ्याचे प्रसिद्ध इतिहास संशोधक डॉ प्र न. देशपांडे हे या प्रसंगी अध्यक्षस्थानी होते.

उपरोक्त लेख हा डॉ. ढेरे यांच्या 'गवळी-धनगर' सिद्धान्ताला प्रतिवाद करण्यासाठी तयार केला होता; पण आता लेख संग्रहात प्रकाशित होत असताना त्याच्या शेवटी त्याचा थोडा विस्तार केला आहे. याचे कारण असे की, हा लेख वाचल्यानंतर शिवछत्रपतींचे कुल रजपूत-कुलोत्पन्न होते, म्हणजे ते स्वतःला 'रजपूत'च म्हणवून घेत असावेत, असा वाचकांचा कदाचित ग्रह होण्याची शक्यता आहे. आणि आमची ही शंका जर खरी ठरली, तर या लेखातून चुकीचा संदेश वाचकांपर्यंत जाईल, असे वाटल्यावरून 'शिवछत्रपती कोण? रजपूत की मराठा?' अशी पुस्ती या लेखास जोडली आहे. त्यावरून हे स्पष्ट होईल की, महाराज महाराष्ट्राचा भूमिपुत्र या नात्याने आपणास 'मराठा' मानत होते, 'रजपूत' नाही. त्यासाठी खुद्द महाराजांचे मुधोळच्या मालोजीराजे घोरपडे यांना कर्नाटक मोहिमेवरून लिहिलेले एक पत्र सविस्तर उद्धृत केले आहे. हे पत्रच इतके स्वयंस्पष्ट (Self-explanatory) आहे की, त्यावर अधिक भाष्य करण्याची गरज नाही!

शेवटचा लेख - 'जेम्स लेनचे शिवचरित्र व त्याचे कवित्व' हा लेनच्या शिवचरित्राने व भांडारकर प्राच्य विद्या संशोधन संस्थेवर झालेल्या हल्ल्याने महाराष्ट्रात

उठलेल्या गदारोळाच्या पार्श्वभूमीवर लिहिला गेला आहे. लेनने आपल्या ग्रंथात सर्व महाराष्ट्राने पुण्यश्लोक मानलेल्या राजमाता जिजाबाईंच्या चारित्र्यावर शिंतोडे उडविण्याचा निंद्य प्रकार केल्यानंतर आणि तो प्रसिद्धी माध्यमांतून उघडकीस आल्यानंतरही महाराष्ट्रातील इतिहास अभ्यासक व विचारवंत स्वस्थ राहिले होते. कोणालाही असे वाटले नाही की, लेनने आपल्या ग्रंथात शिवचरित्राचे जे विकृतीकरण केले आहे, त्याचा पुराव्यानिशी समाचार घेऊन विचाराच्या व अभ्यासाच्या पातळीवर त्याचे खंडन करावे! ही गोष्ट आम्हास आणि आमचे मित्र व इतिहासाचे अभ्यासक डॉ. वसंतराव मोरे यांना अस्वस्थ करणारी वाटत होती. या अस्वस्थतेमधूनच डॉ. मोरे यांची ' जेम्स लेन : संशोधक की विध्वंसक' ही पुस्तिका व तिला आम्ही लिहिलेली प्रदीर्घ प्रस्तावना पुढे आली. हीच प्रस्तावना आता लेखरूपाने प्रस्तुत लेखसंग्रहात प्रसिद्ध होत आहे.

— **जयसिंगराव पवार**
कोल्हापूर
विजयादशमी, शके १९२६
२२ ऑक्टोबर, २००४

अनुक्रमणिका

शिवछत्रपती आणि त्यांचा परिवार

शिवचरित्रात महाराजांचा परिवार महत्त्वाची भूमिका बजावतो. विशेषत: महाराजांचे आपल्या पित्याशी, आपल्या ज्येष्ठ पुत्राशी आणि आपल्या पट्टराणी सोयराबाईशी असलेले संबंध, प्रसंगी त्यापैकी काहींशी झालेला त्यांचा वैचारिक व भावनिक संघर्ष, या बाबी शिवचरित्राचे संशोधन करणाऱ्यांना नेहमीच आव्हान देत आल्या आहेत.

ज्या परिवारात महाराज वाढले, त्यामधील शहाजीराजे व राजमाता जिजाबाई ह्यांचे स्थान केवळ अनन्यसाधारण आहे. महाराजांच्या हातून असामान्य कामगिरी पार पडली; पण या कामगिरीसाठी शहाजी-जिजाईसारख्या असामान्य माता-पित्याचा सहयोगही त्यांना लाभला. पुढे संभाजीराजासारखा विलक्षण देखणा व पराक्रमी पुत्र त्यांना लाभला; पण या तरुण युवराजाला पित्याचे विचार, भावना उमजू न शकल्याने त्याने भलताच मार्ग चोखाळला. महाराजांचा सर्व उद्योगच मुळापासून हादरला! राजपरिवार भयानक वादळाच्या आवर्तात सापडला. या वादळातून बाहेर पडण्यासाठी महाराजांना परिवारातून कुणाचीच साथ मिळाली नाही. साथ द्यायची ती राणीही या वादळाचीच साथीदार बनली होती! महाराजांच्या हृदयीच्या वेदना कुणीच समजू शकत नव्हते - ना पुत्र, ना राणी ना कुणी प्रधान! या वेदना समजून त्या शमविण्याचे सामर्थ्य फक्त परिवारातील एकाच व्यक्तीजवळ होते - ती म्हणजे राजमाता; पण त्या तर राज्याभिषेकाचा सोन्याचा दिवस पाहून हे जग सोडून केव्हाच गेल्या होत्या. अशा या राजपरिवाराचा वेध घेण्याचा हा एक प्रयत्न.

पिता शहाजीराजे भोसले

शिवजन्माच्या सुमाराचे दक्षिणेतील राजकीय जीवन मोठे अस्थिर होते. आदिलशाही, निजामशाही व कुतुबशाही ह्या तीन शाह्यांशिवाय कर्नाटकात अनेक लहान-मोठे सत्ताधीश - नायक व पाळेगार - आपापले अस्तित्व टिकवून एकमेकांवर लष्करी

मोहिमा काढण्यात दंग असत. अशातच दक्षिण जिंकून तिथे आपली साम्राज्यसत्ता पसरविण्याची मोगली बादशहाची महत्त्वाकांक्षा दक्षिणी राजकारणाचे रंग पालटून टाकीत असे. अशा परिस्थितीत शहाजीराजांनी आपल्या पराक्रमाने व मुत्सद्देगिरीने दक्षिणेत स्वत:चे वैशिष्ट्यपूर्ण स्थान निर्माण केले होते. म्हणूनच आदिलशहा, निजामशहा व मोगल या तीन सत्ताधीशांनी त्यांना वेळोवेळी आपल्या फायद्यासाठी व प्रतिपक्षाचा पाडाव करण्यासाठी आपल्याकडे खेचले; पण शहाजीराजा मोठा चतुर सेनानी होता. आपल्या मनीचा थांग कोणास लागू न देता, आपणाला जसे अनुकूल होईल तसे तो वागत गेला. केव्हा दरबारात निष्ठा व्यक्त करी, तर केव्हा उघड बंडावा करी, तर केव्हा प्रतिशाहीच जन्मास घाली. अशी भूमिका प्रसंगोपात्त निभावत गेला. निजामशहा, आदिलशहा व मोगल बादशहा या तिन्ही सत्ताधीशांनी त्याच्यावर पूर्ण भरवसा व विश्वास कधीच ठेवला नाही. आपले हे सर्व मालक दगलबाज असून, प्रसंगी आपल्या स्वार्थासाठी ते कोणाचाही बळी देतात हे शहाजीराजांना ज्ञात असल्याने त्यांनीही आपल्या अंत:करणातील निष्ठा कुणाला वाहिली नाही. तो काळच असा घालमेलीचा होता की, लखुजी जाधवरावासारख्या बलाढ्य सरदारालाही दग्यास बळी पडावे लागले होते! अन् तेही त्याच्या मालकाकडूनच – खुद्द निजामशहाकडून!

शहाजीराजांची सर्वांत मोठी राजकीय व लष्करी कामगिरी म्हणजे अहमदनगरची निजामशाही. तिचा वजीर फत्तेखान ती मोगलांच्या घशात घालत असता, त्यांनी पेमगिरी (ऊर्फ भीमगड) या ठिकाणी स्थापन केलेली प्रति-निजामशाही! शिवाजीराजा या सुमारास तीन-चार वर्षांचा बालक होता. शहाजीराजांचा हा प्रति-निजामशाहीचा प्रयोग सन १६३६ सालापर्यंत चालला. ही निजामशाही टिकवून धरण्यासाठी त्यांनी प्रथम मोगलांशी व नंतर मोगल-आदिलशहा यांच्या संयुक्त फौजांशी चिवटपणे व जिद्दीने टक्कर दिली. या कालात राजमाता जिजाबाई व शिवाजीराजे यांना शहाजीराजांबरोबर खडतर व धोक्याचे जीवन कंठावे लागले. एके प्रसंगी तर जिजाबाईवर मोगली कैदेचे संकटही गुदरले; पण त्यातून त्या सहीसलामत सुटल्या.[१] पुढे शत्रूच्या संयुक्त फौजांच्या सामर्थ्यापुढे शहाजीराजांना शरणागती स्वीकारून त्यांना त्यांची निजामशाही समाप्त करावी लागली आणि आदिलशाही दरबारची सेवा पत्करून ते कर्नाटकाच्या कामगिरीवर रवाना झाले – (सन १६३६). जाताना आपल्या पुणे जहागिरीत जिजाबाई व शिवाजीराजे यांना ठेवून ते गेले होते.

कर्नाटकात शहाजीराजांनी आपल्या पराक्रमाने आदिलशाहीसाठी अनेक प्रदेश जिंकले. लाखोनी खंडण्या वसूल करून विजापुरी रवाना केल्या. सन १६३९ साली बंगळूर त्यांनी जिंकले. आदिलशहाने खुश होऊन त्यांना बंगळूरची जहागिरी दिली. लवकरच बंगळूर हे शहाजीराजांनी एखाद्या राजधानीसारखे सजविले. नाना देशीचे

संस्कृत व प्राकृत कवी, पंडित, शास्त्री त्यांच्या दरबारी जमा झाले. त्यांचा चरित्रकार जयराम पिंड्ये आपल्या 'राधामाधवविलास चंपू' या ग्रंथात अशा ७० पंडितांची नामावली सादर करतो.[२] खुद्द शहाजीराजे संस्कृतज्ञ होते. आपल्या दरबारातील संस्कृत पंडितांना ते संस्कृतमधून समस्या घालीत असत.

अशा अत्यंत पराक्रमी, सामर्थ्यशाली व सुसंस्कृत पित्याचा सहवास बाल शिवाजीस पुन्हा लवकरच घडला. वयाच्या बाराव्या वर्षी, सन १६४१ साली शिवाजीराजे आपल्या मातु:श्रीसह बंगळूरास पित्याच्या भेटीस गेले.[३] ते तेथे एक-दोन वर्षे राहिले. हा कालखंड अल्पसा असला, तरी शिवाजीराजांच्या संस्कारक्षम वयातील त्यांचे व्यक्तिमत्त्व घडविणारा महत्त्वाचा घटक ठरला असावा. तुंगभद्रेच्या तीरावर कंपिली येथे काही काल पित्यासमवेत त्यांचा निवास झाला. या ठिकाणी गतकालीन विजयनगरच्या भव्य राजधानीचे भग्न अवशेष पाहून बाल शिवाजीचे कुतूहल जागे झाले असावे. एवढी महाबलाढ्य हिंदू राजसत्ता पत्त्याचा बंगला कोसळावा त्याप्रमाणे नेस्तनाबूद झाल्याचे पाहून बाल शिवाजीने आपल्या पित्यास काही प्रश्न निश्चित विचारले असतील. पित्याच्या उत्तरातून इतिहासाचा एक पाठ पुढच्या वाटचालीसाठी मिळाला असावा. असे वाटते की, बंगळूरहून शिवाजीराजे आपल्या मातु:श्रीसह महाराष्ट्रात परतले ते असे संस्कार घेऊनच. हे संस्कार होते पराक्रमाचे, मुत्सद्देगिरीचे आणि इतिहासातून काही शिकण्याचे.

महाराष्ट्रात आल्यानंतर शिवाजी महाराजांनी जे स्वराज्यस्थापनेचे कार्य आरंभिले, ही तर आदिलशाहीविरुद्ध उघडउघड बंडखोरीच असल्याने पिता-पुत्रांच्या पुढे फारशा भेटी झाल्या नाहीत. सन १६६२ साली शहाजीराजे आदिलशाही दरबारच्या वतीने आपल्या पुत्रास भेटण्यास आले. जेजुरीच्या मंदिरात मोठ्या श्रद्धेने व आदर भावनेने पुत्राने पित्याची भेट घेऊन आपण स्थापन केलेले 'हिंदवी स्वराज्य' दाखविले. अनेक गडकोटांना भेटी झाल्या. त्यातूनच पित्याच्या संमतीने रायगड हा बुलंद किल्ला, स्वराज्याची भावी राजधानी म्हणून निवडला गेला! जिजाबाई आणि शिवाजी महाराज यांचा निरोप घेऊन शहाजीराजे कर्नाटकात परतले ते पुन्हा कधी या माता-पुत्रास भेटलेच नाहीत. लवकरच त्यांचा उत्तर कर्नाटकातील शिमोगा जिल्ह्यातील होदिगेरे या ठिकाणी शिकारीच्या प्रसंगी अपघाती मृत्यू झाला - (२३ जानेवारी, १६६४).

भोसले घराण्याची प्रतिष्ठा, नावलौकिक व शौर्याची परंपरा यांचा वारसा शहाजीराजांकडून शिवाजी महाराजांना प्राप्त झाला होता, हे मान्यच करावे लागेल. तसेच शहाजीराजांचे दक्षिणेतील राजकारणातील जबरदस्त स्थान, त्यांची पुणे जहागीर, त्यांचे अनुभवी व स्वामिनिष्ठ अधिकारी, थोडाबहुत फौजफाटा यामुळे महाराजांचे स्वराज्य स्थापनेचे कार्य बरेच सुलभ झाले हेही खरे; पण या सर्व साधन-

साहित्यापेक्षा महाराजांना उपयोगी पडला, तो आपल्या पित्याच्या चरित्रावरून त्यांनी घेतलेला धडा! शहाजीराजा म्हणजे कोणी सामान्य सरदार नव्हे. शेकडो लढाया जिंकलेला, आपल्या पराक्रमाने व मुत्सद्देगिरीने दक्षिणेतील शाह्यांना धास्ती लावणारा, एवढेच नव्हे, तर मनात आणेल तर एखादी नवी शाहीही निर्माण करणारा हा मोठा कर्तबगार मराठा सरदार होता;

पण त्याच्या या सर्व कर्तबगारीचे अंतिम फळ काय? तर त्याच्या राज्यकर्त्या स्वामींकडून मिळालेली विश्वासघातकी वागणूक आणि प्रसंगी कैदेची शिक्षा! ज्या शहाजीराजांनी आतापर्यंत कोणाही आदिलशाही सरदाराला न जमलेला, कर्नाटकातील अनेक राज्ये आदिलशाहीसाठी जिंकण्याचा महान पराक्रम केला, त्यांच्या नशिबी एकदा नव्हे तर दोन वेळा कैद आली[४] – (सन १६४८ व सन १६६३). ज्या हातांनी त्यांनी शाही तख्तांचे रक्षण केले, त्याच हातात शहाच्या गैरमर्जीने शिक्षेच्या बेड्या! हिंदू सरदार बलाढ्य होऊ शकतो; वीस-पंचवीस हजारांची फौज बाळगू शकतो, प्रसंगी नवी शाहीही निर्माण करू शकतो; पण त्याची ही सरदारकी, ही प्रतिष्ठा, कोणत्याही क्षणी मुस्लिम सत्ताधीश धुळीला मिळवू शकतो, हा धडा शिवाजी महाराजांनी पित्याच्या चरित्रातून घेतला आणि स्वत:चा स्वतंत्र मार्ग – हिंदवी स्वराज्य स्थापनेचा मार्ग – त्यांनी चोखाळला! हा मार्ग खडतर, धोक्याचा, प्रसंगी सर्वस्व गमविण्याचा होता; पण त्यात यश मिळाले, तर अद्‌भुत कामगिरीचा होता! अशा यशाने सर्व हिंदुस्थानच्या इतिहासालाच कलाटणी मिळणार होती!

राजमाता जिजाबाई

शिवचरित्रात शहाजीराजांचे स्थान आदराचे आहे; तर राजमाता जिजाबाईंचे स्थान आदरयुक्त श्रद्धेचे आहे. देवगिरीच्या यादवांची क्षात्र परंपरा सांगणाऱ्या थोर कुलात त्यांचा जन्म झाला. निजामशाही दरबारातील एक बलाढ्य सरदार म्हणून सर्व दक्षिणेत मशहूर असलेल्या लखुजीराव जाधवांच्या त्या कन्या होत्या. त्यांना सासर मिळाले, तेही उदयपूरच्या घराण्याची क्षात्र परंपरा सांगणारे भोसले घराणे. शहाजी-जिजाबाई यांच्या विवाहाने दक्षिणेतील दोन मोठी घराणी एकत्र आली होती.

इतिहासात जिजाबाईंसारखे भाग्य फार कमी स्त्रियांच्या वाट्याला आले आहे. वीरकन्या, वीरपत्नी व वीरमाता अशा तीन भूमिका पार पाडण्याचे सौभाग्य नियतीने त्यांना बहाल केले होते; पण अशा सौभाग्याची जबाबदारी पार पाडत असता अनेक जहरी प्रसंगांना त्यांना आयुष्यात सामोरे जावे लागले. दक्षिणेतील सुलतानी राजकारणाचे जीवघेणे चटके त्यांना सोसावे लागले होते. भर दरबारात निजामशहास मुजरा करावयास गेलेल्या लखुजीरावांना आपल्या मुला-नातवांसह कापून काढल्याच्या वार्तेने त्यांचे मन होरपळून गेले होते. ज्या आदिलशाहीचे कर्नाटकातील राज्य

आपल्या पतीने पराक्रमाने वाढविले, त्याच शाहीने त्याच्या हातात बेड्या ठोकाव्यात, या घटनेने त्यांच्या मनातील सुलतानी राजवटीविषयीचा तिरस्कार पराकोटीस पोहोचला होता. जिजाबाईवर कोसळलेल्या या संकटांना केवळ वैयक्तिक दुःखाचा अथवा अपमानाचा आशय नव्हता, तर ती संकटे समाजाच्या एकूण राजकीय गुलामगिरीची निदर्शक होती.

असे म्हणतात, मुलावर पहिला संस्कार माता करत असते. बाल शिवाजीवर जिजाबाईसारख्या असामान्य मातेने कोणता संस्कार केला असावा, यासाठी अभ्यासकाच्या खास तर्कबुद्धीची गरज नाही. आपल्या पतीने पेमगिरीवर एक नवे तख्त व छत्र निर्माण केले, पण ते कोणासाठी? तर निजामशाही राजवंशातील एका दूरच्या वारसदारासाठी! त्याला घेऊन शहाजीराजे तख्तावर बसले व त्याच्या डोईवर त्यांनी छत्र धरिले! हा प्रयोग पुढे फसला; पण जिजाबाईसारख्या स्त्रीच्या मनात या प्रयोगाने कोणते वादळ उठले असेल? आपल्या मुलाने त्यापुढे उडी घ्यावी, स्वत:साठी तख्त निर्माण करावे, स्वत:वर छत्र धारण करावे आणि आपल्या लोकांची – मराठ्यांची – शाही स्थापन करावी अशी महत्त्वाकांक्षा या क्षात्रतेजी स्त्रीने धरली असल्यास नवल नव्हते. सुदैवाने तिचा पुत्रही असा असामान्य कर्तबगारीचा निघाला, की मातेचा प्रत्येक संस्कार ग्रहण करून तिचे महत्त्वाकांक्षी स्वप्न त्याने साकार केले. जिजाबाईंना 'याचि देही याचि डोळा' आपला पुत्र तख्तावर बसलेला, छत्र धारण केलेला, मराठ्यांचा छत्रपती – पातशहा – बनलेला पाहण्याचे भाग्य लाभले.

प्रसिद्ध शिवचरित्रकार सर जदुनाथ सरकार यांनाही या इतिहासकालीन महान स्त्रीच्या भाग्याकडे पाहून तिची तुलना सुप्रसिद्ध सातकर्णी राजाच्या गौतमी या राजमातेच्या बरोबरीने करण्याचा मोह झाला आहे. सरकार मोठ्या गौरवाने म्हणतात, 'Like a queenmother of the same country born 15 centuries earlier, Gautami, the mother of the Andhra King Shri Satakarni, she, (Jijabai) glorified in the glory of her victorious and orthodox son.'[५]

शिवाजी महाराज हे जिजाबाईंचे काही पहिलेच अथवा एकमेव पुत्र नव्हते. संभाजी नावाचा पहिला कर्तबगार पुत्र त्यांना होता; पण शहाजीराजांबरोबर सन १६३६ साली संभाजीराजे कर्नाटकात गेले, त्यामुळे मातेचा सहवास त्यांना फारसा लाभला नाही. पुढे शहाजीराजांनी बंगळूर जहागिरीवर ज्येष्ठ पुत्राची नेमणूक केली व पुण्याची जहागिरी शिवाजीराजांकडे सुपूर्द केली. पुढे सन १६५४ साली संभाजीराजे कनकगिरीच्या लढाईत ठार झाले आणि त्यानंतर मात्र शिवाजीराजे हेच जिजाबाईंचे एकमेव आशास्थान बनून राहिले. त्या जणू आपल्या पुत्राची सावलीच बनून मार्गदर्शक देवतेप्रमाणे राहू लागल्या. जयराम पिंड्येने हा भाव आपल्या कवनात फार उत्कटतेने प्रकट केला आहे. तो म्हणतो -

"जशी चंपकेशी खुले फुल्ल जाई। भली शोभली ज्यास जाया जिजाई ।
जिचे की कीर्तिचा चंबु जंबुद्विपाला। करी साउली माउलीसी मुलाला ।।"

जयरामाच्या या कवनाचा भावार्थ स्पष्ट करताना इतिहासाचार्य राजवाड्यांनी म्हटले आहे, "जिजाई ही शहाजीसारख्या धीर, उदार व पराक्रमी पुरुषाला चांगलीच साजण्यासारखी बायको होती आणि ती केवळ नवऱ्याच्या कीर्तीवर विकत नसून स्वत:च्या धीर, उदार व गंभीर वृत्तीने तिची कीर्ती त्या काळी सर्व भरतखंडभर पसरली होती; इतकेच नव्हे तर तिच्या कीर्तीच्या चंबूखाली म्हणजे घुमटाखाली म्हणजे घुमटाच्या सावलीखाली सर्व जंबुद्विप म्हणजे जंबुद्विपातील सज्जन लोक यवनांच्या जुलमाला कंटाळून आश्रयार्थ येत असत, असे जयराम लिहितो. जिजाई ही कोणत्या तोलाची बाई होती ह्याचा अंधूक तर्क जयरामाच्या ह्या तत्समकालीन उक्तीवरून करता येतो. पुणे व सुपे प्रांतांची व्यवस्था पाहणाऱ्या, शिवाजीच्या शिक्षणाकडे लक्ष देणाऱ्या, स्वत: गोरगरिबांचा समाचार घेणाऱ्या व गुणी सज्जनांना आश्रय देणाऱ्या ह्या बाईच्या कर्तबगारीचे तपशीलवार वर्णन न देता केवळ एक त्रोटक श्लोक करून कवी गप्प बसला, हे पाहून कवीवर संशोधकांचा राग झाल्यास तो अयथार्थ होणार नाही."[६]

इतिहासाचार्यांचा जयरामावरील राग आपण समजू शकतो. संपूर्ण स्त्रीजातीला ललामभूत होणाऱ्या या गुणी स्त्रीच्या कार्याची महती गाणारे आणखी काही श्लोक त्याने रचले असते, तर तिच्या इतिहासातील भूमिकेवर अधिक प्रकाश पडला असता, हे निश्चित.

स्वराज्याचा सर्व उद्योग शिवाजी महाराजांनी आपल्या मातेच्या आशीर्वादाने केला. अफझलखान वध, शाहिस्तेखानावरचा छापा, आग्रा भेट यासारख्या धोकेबाज साहसप्रसंगी खात्रीने त्यांनी आपल्या मातेशी सल्लामसलत केली असावी. उपरोक्त तिन्ही प्रसंगच असे होते की, साहसी कृत्य करावयास निघालेले महाराज निश्चितपणे परत येणार याविषयी शंभर टक्के खात्री कोणीच देऊ शकले नसते. अशा प्रसंगी आपल्यामागे आपल्या राज्याचा कारभार आपल्या मातेवर सोपवून महाराज जात असत. बाल शिवाजीसह सदरेवर बसून जिने पुणे जहागिरीचा कारभार केला होता, तिला हिंदवी स्वराज्याचा कारभार करणे अवघड नव्हते; पण जिजाबाईच्या प्रशासकीय कौशल्याची खरी कसोटी लागली ती शिवाजी महाराज आग्र्यास मोगलांच्या कैदेत पडल्यावर! महाराजांच्या अनुपस्थितीत त्यांनी स्वराज्याचा कारभार चोख केला; असा की त्यांच्या या अल्पशा कारकिर्दीत एकही फंदफितुरी स्वराज्यात घडून आली नाही.

जिजाई - शिवाजी या मायलेकरांच्या जीवनात अनेक नाट्यमय व हृदयस्पर्शी प्रसंग आले. विश्वासघातकी औरंगजेबाच्या भेटीस आपला पुत्र पाठवीत असता,

त्यास तेथे कैदेत घातल्याची वार्ता दक्षिणेत येऊन धडकली असता आणि त्या कैदेतून अद्‌भुतरीत्या सुटून अचानकपणे तो राजगडावर आपल्यासमोर उभा राहिला असता जिजाबाईच्या अंत:करणात कोणत्या भावनांची गर्दी झाली असेल, हे मातेचे हृदयच जाणू शकेल! जिजाबाईंनी अशा अनेक प्रसंगाचे हलाहल पचविले होते. त्यातून त्यांच्या व्यक्तिमत्त्वाचे जे रसायन तयार झाले, त्यामुळे कोणत्याही प्रसंगाला न डगमगता सामोरे जाण्याचे असामान्य धैर्य त्यांच्या मनाच्या ठिकाणी निर्माण झाले होते. मातेच्या या गुणाचा संस्कार शिवाजी महाराजांच्या जडणघडणीत पक्का रुजला होता, असेच त्यांचे चरित्र सांगते.

असे म्हणतात की, सन १६७४ साली शिवराज्याभिषेकानंतर थोड्याच कालावधीत जिजाबाई जेव्हा निवर्तल्या, तेव्हा त्यांनी आपला पुत्र शिवाजीराजास २५ लक्ष रुपयांची खासगी मालमत्ता मागे ठेविली होती.[७] मग महाराष्ट्रासाठी त्यांनी मागे काय ठेवले? असे वाटते, की केवळ महाराष्ट्रासाठीच नव्हे तर अख्ख्या भरतभूमीसाठी आपल्या महान पुत्राच्या रूपाने एक अनमोल देणगी पाठीमागे ठेवून त्या निघून गेल्या होत्या. २५ लक्ष होनांची मालमत्ता कालौघात अंतर्धान पावली, पण ही राष्ट्राला दिलेली देणगी मात्र शतकानुशतके अविनाशी राहिली!

ज्येष्ठ बंधू संभाजीराजे

शिवाजी महाराजांचे ज्येष्ठ बंधू संभाजीराजे यांचा उल्लेख यापूर्वी आला आहेच. त्यांचा जन्म सन १६२१ सालचा होय. महाराजांपेक्षा दहा-अकरा वर्षांनी ते वडील. शिवजन्माच्या वेळी शहाजीराजे मोगली सेवेत गेले, त्या वेळी संभाजीराजांनाही मनसब मिळाली. अगदी प्रारंभापासून आपल्या पित्याबरोबर संभाजीराजे स्वारीशिकारीत वावरत होते असे दिसते.

शिवजन्माच्या पूर्वी शहाजीराजांनी त्यांचा विवाह शिवनेरीचा किल्लेदार विजयराज विश्वासराव यांच्या कन्येशी – जयंतीबाई हिच्याशी लावून दिला. सन १६३० ते ३६ ही शहाजीराजांची वर्षे महाराष्ट्रात मोठी धावपळीची व संघर्षाची गेली. सतत आपल्या पित्यासमवेत असणाऱ्या संभाजीराजास या कालखंडात युद्धकलेचे शिक्षण मिळून ते त्यामध्ये निष्णात झाले. प्रति-निजामशाहीचा प्रयोग फसल्यावर ते आपल्या पित्याबरोबर कर्नाटकात गेले. लवकरच शहाजीराजांनी बंगळूरची जहागीर त्यांच्या ताब्यात दिली.

सन १६४८ साली शहाजीराजांच्या कैदेनंतर त्यांच्या दोन्ही जहागिरींचा कबजा घेण्यासाठी आदिलशाही फौजा धावल्या. महाराष्ट्रात पुणे जहागिरीवर फत्तेखान आला, तर बंगळूरच्या जहागिरीवर फरहादखान चालून गेला. शहाजीराजांच्या दोन्ही पुत्रांनी या आदिलशाही फौजांचा धुव्वा उडविला. पुढे शहाजीराजांच्या सुटकेच्या

करारातील कलमान्वये महाराष्ट्रात शिवाजी महाराजांनी कोंढाणा तर तिकडे कर्नाटकात संभाजीराजांनी बंगळूर व कंदर्पी ही ठिकाणे आदिलशाहाकडे सुपूर्द केली.

असा हा पित्यासारखाच पराक्रमी संभाजीराजा आदिलशाही फौजा कनकगिरीचा वेढा चालवीत असता तोफेचा गोळा लागून ठार झाला. या वेळी आदिलशाही फौजांत अफझलखान हा भोसल्यांचा मत्सर करणारा सरदार उपस्थित होता. त्यानेच काही दगाफटका करून संभाजीराजास मारले, असा प्रवाद त्या काळी सर्वत्र पसरला होता. कनकगिरीची ही लढाई सन १६५४च्या प्रारंभी झाली असावी असा शेजवलकरांचा तर्क आहे.[८] संभाजीराजे सन १६६३ सालापर्यंत हयात असावेत, असे वा. सी. बेंद्रे म्हणतात.[९] तथापि, सन १६५७ साली शिवाजी महाराजांना सईबाईंच्या पोटी जो पुत्र झाला, त्याचे नाव त्यांनी संभाजीराजे असे ठेवले. ज्येष्ठ बंधू संभाजीराजे या वेळी हयात असते, तर त्यांचेच नाव शिवाजी महाराजांनी आपल्या पुत्रास ठेवले नसते हे उघड होते. त्यावरून सन १६५४ हे सालच ग्राह्य वाटते.

संभाजीराजास उमाजी नावाचा एक पुत्र होता. त्यास व त्याच्या आईस – जयंतीबाईस - जिजाबाईंनी कर्नाटकातून आणून रायगडी सन्मानाने ठेवले. मराठी कागदपत्रांत जयंतीबाईचे उल्लेख सन १६७० पर्यंतच मिळतात. उमाजीचा सन १६८३ च्या एका महजरात उल्लेख आढळतो.[१०] वास्तविक बंगळूरच्या जहागिरीतील काही वाटा व्यंकोजीराजांनी या उमाजीस द्यायला हवा होता; पण तसे काही घडलेले दिसत नाही.

सावत्र बंधू व्यंकोजीराजे

शिवाजी महाराजांचा आपल्या परिवारातील दोन व्यक्तींशी तीव्रतेने संघर्ष झाला. त्या म्हणजे सावत्र बंधू व्यंकोजीराजे व थोरले पुत्र संभाजीराजे. शहाजीराजांची धाकटी पत्नी तुकाबाई (मोहिते कुल) हिच्या पोटी व्यंकोजीराजांचा जन्म महाराष्ट्रातच झाला - (सन १६३१). शहाजीराजे कर्नाटकात निघून गेले त्या वेळी आपल्या ज्येष्ठ पुत्राबरोबर त्यांनी तुकाबाई व व्यंकोजीराजे यांनाही सोबत नेले. कर्नाटकातील बंगळूर जहागीर संभाजीराजांकडे सोपविली होती; पण त्यांचा कनकगिरीच्या लढाईत आकस्मिक मृत्यू घडल्याने पुढे शहाजीराजांच्या निधनानंतर व्यंकोजीराजे कर्नाटकातील सर्व जहागिरीचे व मालमत्तेचे वारसदार बनले. बंगळूर, कोलार, होस्कोट, चिक्कबाळापूर, दोड्डबाळापूर, सिरा, चिक्कनायकान्हाली व कनकगिरी अशा प्रदेशावर ही जहागीर पसरली होती. पुढे आदिलशहाच्या वतीने व्यंकोजीराजांनी मदुरेच्या नायकाकडून तंजावर हस्तगत केले व स्वतःच ते ठिकाण बळकावून त्यांनी तेथे नवी राजधानी स्थापन केली - (सन १६७६); पण बंगळूरहून तंजावरला राजधानी हलविल्याने व्यंकोजीराजांचे बंगळूर जहागिरीकडे दुर्लक्ष होऊ लागले. परिणामी, शेजारच्या

म्हैसूर नायकाकडून ती गिळंकृत होण्याचा धोका उत्पन्न झाला. म्हैसूरकरांच्या घशात ती जहागीर जाऊ नये, म्हणून शिवाजी महाराजांना तातडीने पावले उचलावी लागली.

आदिलशहाशी शत्रुत्व पत्करून, त्याचेच राज्य पोखरून शिवाजी महाराजांनी महाराष्ट्रात स्वतंत्र राज्याची स्थापना केली होती. तेव्हा अशा राज्यावर आदिलशहाने आपल्या सरदारांच्या स्वाऱ्यांमागून स्वाऱ्या पाठविल्या. काही प्रसंगी खुद्द व्यंकोजीराजेही आदिलशाही फौजांतून शिवाजी महाराजांच्या राज्यावर चालून आल्याचे दिसते. (उदा. १६६४ ची खवासखानाची आणि सन १६६७ची बहलोलखानाची स्वारी). याचा अर्थ आदिलशाही सुलतानाची सेवा इमानेइतबारे करण्यासाठी आपल्या बंधूविरुद्धच्या स्वारीत सामील होण्याचीही दिक्कत त्यांना नव्हती! अशा परिस्थितीत उभय बंधूंत सलोख्याचे संबंध राहणेही शक्य नव्हते.

शिवाजी महाराजांहून व्यंकोजीराजांची प्रकृती भिन्न होती. पिता शहाजीराजे यांच्या अंगी असामान्य धडाडी, पराक्रम व कल्पकता हे जे गुण होते, ते पुरेपूर शिवाजी महाराजांच्या ठायी उतरले होते; पण व्यंकोजीराजे या गुणांना पारखे झाले होते. दक्षिणेतील अनेक जहागिरदारांसारखे आपणही मुस्लिम सुलतानाची सेवाचाकरी करून जमेल तेवढे हित साधावे, त्यातच समाधान मानावे, अशी व्यंकोजीराजांची भूमिका होती. त्यांनी ही भूमिका सोडून आपल्या उद्योगाचे अनुकरण करावे आणि तुंगभद्रेपलीकडे नव्या स्वतंत्र मराठी राज्याचा पाया घालावा, अशी शिवाजी महाराजांची इच्छा होती; पण ती फलद्रूप होईना. अशा परिस्थितीत महाराजांनी कर्नाटक मोहीम हाती घेतली. त्या वेळी त्यांनी आपल्या बंधूकडे आपल्या पित्याच्या जहागिरीचा व मालमत्तेचा अर्धा वाटा मागितला; पण व्यंकोजीराजे राजी होईनात. महाराष्ट्रातील राज्यात ते अर्धी वाटणी मागू लागले. महाराज म्हणाले की, एक पुण्याची जहागीर सोडली, तर बाकीचे राज्य आपण स्वत: कमविले, त्यात वाटणी कशी देता येईल?

उभय राजबंधूंत एकता होऊ शकली नाही. तेव्हा शहाजी महाराजांच्या जहागिरीचा प्रदेश जसा जमेल तसा शिवाजी महाराजांनी ताब्यात आणला आणि महाराष्ट्रातील राजकारणाची निकड झाल्याने ते त्वरेने इकडे निघाले. मागे महाराजांच्या फौजांवर व्यंकोजीराजांनी चाल केली; पण त्यांचा पुरा बीमोड झाला. हे वर्तमान मार्गातच तोरगल प्रांती महाराजांस समजले. तेव्हा त्यांनी व्यंकोजीराजांस जे खरमरीत पत्र लिहिले आहे, ते मराठ्यांच्या इतिहास साहित्यात मोठे प्रसिद्ध आहे. या पत्रातून शिवाजी महाराजांचे व्यंकोजीराजांसंबंधीचे विचार व जहागिरीच्या वाटणीसंबंधीची भूमिका स्पष्टपणे दृग्गोचर होते. महाराज लिहितात :

"तुम्ही दुर्योधनासारखी दुष्ट बुधी करून संधी न करता युद्ध करावे यैसेच मनी धरिले... तुरुक लोकांच्या बुधीस लागोन... आपली सारी जमेत येकवट करून

आमच्या लोकावरी पाठवून दिल्हेत... तुमच्या-आमच्या लोकांत थोर झगडा जाला. तुमचे लोक पराजय पावले... हे ऐकोन बहुत नवल यैसे वाटले की कै महाराज त्यांचे पुत्र तुम्ही. बहुत थोर लोक. यैसे असोन काही विचार करीत नाही व धर्माधर्म विचारीत नाही. यैसे असता कस्टी व्हाल याचे नवल काय? तुम्ही म्हणाल की काये विचारा करावा? तरी यैसा विचार करावा होता की अधर्मेकडून तेरा वर्षे आपण सारे राज्य खादले. आता अरधा वाटा मागतात तो त्यांचा त्याला द्यावा आणि आपण सुखे रहावे... यैसा विचार करून आम्हासी संधी करणे. तुम्ही यैसा संधी निर्मलपणे केलिया आम्ही आपणापासेन तुम्हाला तुंगभद्रे आलाड पनाल प्रांते तिन्ही लक्ष होनांची दौलत देऊ अथवा आम्हाजवळील दौलत तुम्हाला मानेना तरी कुतुबशहास अर्ज करून त्यापासून तुम्हाला तीन लक्षांचे दौलत देववू. यैसे दोन्ही विचार तुम्हाला लिहिले आहेत. या दोन्हीमधील येक मनी धरून मान्य करणे... वाटियाचा वेव्हार निर्गमून टाकणे आणि सुखे असणे. गृहकलह बरा नव्हे. आम्ही तरी वडीलपणे आजीवरी तुम्हास सांगितले. आताही सांगतो. ऐकाल तरी बरे. तुम्हीच सुख पावाल. नाइकाल तरी तुम्हीच कस्टी व्हाल.''[११]

व्यंकोजीराजांवरील विजयानंतर कोलेरून नदी पार करून तंजावरवर स्वारी करावयास सज्ज असणाऱ्या आपल्या रघुनाथ पंडित, संताजी भोसले व हंबीरराव मोहिते या सेनाधिकाऱ्यांना महाराजांनी तातडीने पत्रे रवाना केली – ''व्यंकोजीराजे आपले धाकटे बंधू आहेत. मूलबुद्धी केली. त्यास तोही आपला भाऊ. त्यास रक्षणे. त्याचे राज्य बुडवू नका.''[१२]

व्यंकोजीराजांची पत्नी दीपाबाई ही मोठी शहाणी व दूरदर्शी स्त्री होती. तिने आपल्या पतीस समजावून गृहकलह टाळण्याच्या दृष्टीने त्यास समझोत्यास तयार केले. लवकरच उभय राजबंधूंत तह घडून आला. त्यान्वये महाराजांनी कोलेरून नदीच्या दक्षिणेकडील राज्य व्यंकोजीराजांकडे ठेवले. नदीच्या उत्तरेकडील महाराजांनी जिंकून घेतलेल्या प्रदेशास व्यंकोजीराजांनी मान्यता दिली. तथापि, यानंतरच्या कालात व्यंकोजीराजांना राज्यकारभारात उदासीनता प्राप्त झाली. ही वार्ता समजताच व्यंकोजीराजांनी ही मरगळ झटकून कार्यप्रवण व्हावे, म्हणून वडीलकीच्या नात्याने महाराजांनी पत्र धाडले. त्यात ते म्हणतात,

''तुम्हास ऐसा कोणता प्रसंग पडला जे इतक्याच्याच मध्ये आपल्या संसाराची कृतकृत्यता मानून नसते वैराग्य मनावरी आणून कार्यप्रयोजनाचा उद्योग सोडोन, लोकाहाती रिकामेपणी द्रव्य खाऊन नाश करवणे व आपल्या शरीराची उपेक्षा करणे, हे कोण शहाणपण व कोण नीती? आम्ही तुम्हास वडील मस्तकी असता चिंता कोणे गोष्टीची आहे? याउपरी सहसा वैराग्य न धरिता मनातून विषण्णता काढून कालक्रमणा करीत जाणे... तुम्ही त्या प्रांते पुरुषार्थ करून संतोषरूप असलिया

आम्हास समाधान व श्लाघ्य आहे की कनिष्ठ बंधू ऐसी पुरुषार्थ आहेती... पुरुषार्थ व कीर्ति अर्जणे... वैराग्य उत्तर वयी कराल तेवढे थोडे. आज उद्योग करून आम्हासही तमासे दाखविणे...''[१३]

व्यंकोजीराजांनी संघर्ष केला, तरी त्याविषयी कटुता न बाळगता त्यांच्या कल्याणाचाच विचार महाराजांच्या मनात रेंगाळत राहिला. शेवटपर्यंत व्यंकोजीराजांविषयीचे त्यांचे ममत्व कमी झाले नाही.

ज्येष्ठ पुत्र संभाजीराजे

महाराजांची ज्येष्ठ राणी सईबाई हिच्या पोटी १४ मे १६५७ रोजी संभाजीराजांचा पुरंदरावर जन्म झाला. नुकत्याच निवर्तलेल्या आपल्या ज्येष्ठ पुत्राचे नाव जिजाबाईंनी आपल्या नातवास ठेविले. संभाजीराजे दोन सव्वादोन वर्षांचे बालक असतानाच मातृसुखास पारखे झाले; तेव्हा स्वाभाविकच त्यांच्या पालनपोषणाचा सर्व भार आजी जिजाबाईंच्यावर आला. आईविना पोर म्हणून पिता व आजी या दोघांनीही अधिक मायेने त्यांना वाढविले असणार हे उघड आहे.

युवराज म्हणून शिवाजी महाराजांनी संभाजीराजांच्या शिक्षणाची व लष्करी प्रशिक्षणाची चोख व्यवस्था केली होती. प्रत्यक्ष राज्यकारभाराचा अनुभव यावा यासाठी त्यांना वयाच्या चौदाव्या-पंधराव्या वर्षीच जबाबदारीची कार्ये सांगितली जाऊ लागली. वयाच्या सतराव्या वर्षी महाराजांनी त्यांना सोबत मोठी फौज देऊन खानदेशच्या मुलूखगिरीवर पाठविले होते. या वेळी हिंदुस्थानात असणारा फ्रेंच प्रवासी ॲबे केरे हा संभाजीराजांविषयी लिहितो, ''हा युवराज लहान आहे, तरी धैर्यशील व आपल्या बापाच्या कीर्तीस साजेल असाच शूर वीर आहे. शिवाजीराजांसारख्या युद्धकुशल पित्याच्याबरोबर राहून तो युद्धकलेत तरबेज झालेला असून, चांगल्या वयोवृद्ध सेनापतीचीही बरोबरी करील इतका तो तयार आहे.''[१४]

युद्धकारणाबरोबर आपल्या मुलास राजकारण व राजनीती यांचेही धडे मिळावेत, याबद्दल महाराज दक्ष होते. जयसिंगाच्या मोहिमेच्या प्रसंगी त्यांनी आठ वर्षे वयाच्या संभाजीराजास मोगली मनसबदार म्हणून मोगली लष्करी गोटात पाठविले होते – (सन १६६५). पुढच्याच साली महाराज बादशहाच्या भेटीस आग्र्यास गेले, त्या वेळी सोबत त्यांस नेले. आग्र्यातील पिता-पुत्राची कैद म्हणजे एक अग्निदिव्यच होते; पण त्याही संकटातून त्यांनी आपली मुक्तता करून घेतली. आग्र्याहून परतल्यावर महाराजांनी मोगली सत्तेशी पुन्हा संधान बांधले आणि संभाजीराजास सप्तहजारी मनसबदार म्हणून दक्षिणेचा सरसुभेदार शहाजादा मुअज्जम याच्या छावणीत धाडले – (सन १६६७). तेथे त्यांची शहाजाद्यांशी चांगलीच मैत्री जमली. १६६९ सालापर्यंत ते मोगली छावणीत वास्तव्य करून होते.

बालशिवाजी मावळ प्रांतीच्या साध्यासुध्या मराठी माणसांत वाढला. सह्याद्रीच्या दऱ्याखोऱ्यांत भौतिक वैभवाच्या प्रदर्शनाला स्थान नव्हते. बादशाही वैभवाची चव महाराजांनी चाखली नव्हती. अशा वैभवाचा व तन्मूलक विलासांचा परिचय संभाजीराजांना मोगली छावणीत लहानपणापासून झाला. शिवाजीराजा व संभाजीराजा यांच्या जडणघडणीत मूलतः काही भेद उत्पन्न झाले, त्याला ही परिस्थिती कारणीभूत झाली. आणखी एक गोष्ट ध्यानात घेतली पाहिजे. ती म्हणजे रायगडवरून उद्घोषित झालेल्या मराठ्यांच्या राज्याचा संभाजीराजा हा युवराज होता. हे भाग्य शिवाजीराजास मिळाले नाही! बालशिवाजीराजा हा फार झाले, तर पुणे प्रांतातील चार परगण्यांचा मालक होता. बाल संभाजी हा दक्षिणेत आदिलशाही व मोगली सत्ता या बलाढ्य सत्तांवर कुरघोडी करणाऱ्या आणि साल्हेर-मुल्हेरपासून कारवारपर्यंत पसरलेल्या हिंदवी स्वराज्याचा युवराज होता!

सन १६७४ सालापर्यंत म्हणजे राज्याभिषेकापर्यंत राजपरिवारात एकता नांदत होती. तथापि, राज्याभिषेकानंतर अल्पकालातच राजमाता जिजाबाई कालवश झाल्यावर राजपरिवारातील वडीलकीचा दबाव नाहीसा झाला. विशेषतः शिवाजी महाराज जेव्हा मोहिमांवर असत, म्हणजे रायगडाबाहेर असत, तेव्हा तर हे फार जाणवत असणार. अशा परिस्थितीत महाराजांखेरीज युवराजाला चार शब्द सुनाविण्याचे सामर्थ्य अन्य कोणालाच नसल्याने त्याचा स्वभाव थोडा उच्छृंखल होणे स्वाभाविक होते. कदाचित संभाजीराजांच्या हातून मोरोपंत, आण्णाजी दत्तो यांसारखे प्रधानही दुखावले गेले असतील.

याच वेळी राजपरिवारात पट्टाभिषेक झालेली राणी सोयराबाई हिची आपल्या पुत्रासंबंधीच्या राज्यप्राप्तीची महत्त्वाकांक्षा मूळ धरत होती. राज्याभिषेकानंतर सुमारे अडीच वर्षे संभाजीराजांचे रायगडावर वास्तव्य होते. याच कालखंडात राजधानीत संभाजीराजांविरुद्ध सोयराबाई व प्रधान यांचा एक प्रभावी गट निर्माण झाला. राजकारण व त्यामधील कुटिल डावपेच सुरू झाले. संभाजीराजांचे चारित्र्यहनन करणाऱ्या कथा या अशा डावपेचाचा एक भाग बनल्यास नवल नव्हते. यामुळे एक गोष्ट निश्चित घडून आली की, संभाजीराजे आणि राणी सोयराबाई-प्रधान यांच्यामधील वितुष्ट पराकोटीस पोहोचले. इतके, की ऑक्टोबर १६७६ मध्ये शिवाजी महाराज कर्नाटक स्वारीवर निघाले, तेव्हा त्यांना संभाजीराजांना रायगडावर ठेवणे हिताचे वाटले नाही. महाराजांनी त्यांना आपल्यासोबत घेऊन शृंगारपुरी ठेवले. इथे युवराज दुसऱ्याच एका आवर्तात सापडला. शृंगारपुराच्या परिसरात शाक्तपंथीयांचा प्रभाव होता. त्या प्रभावाखाली तो गेला.

दरम्यान, राजपरिवारातील या गृहकलहाच्या वार्ता दक्षिणेचा मोगल सुभेदार दिलेरखान याच्या छावणीपर्यंत पोहोचल्या होत्या. त्याने संभाजीराजांशी संधान

बांधून त्यास आपल्या बाजूवर ओढले. कर्नाटकाच्या स्वारीवरून दिग्विजय करून आलेल्या महाराजांच्या कानी संभाजीराजांची शत्रूशी चाललेली राजकारणे पडली. दरम्यान, पित्यासंबंधीचा त्याचा पूर्वग्रह इतका जबरदस्त झाला होता की, त्यांच्या हृदयाला काय यातना होतील याची पर्वा न करता बेदरकारपणे मोगली गोटात जाण्याचा अक्षम्य गुन्हा त्यांच्या हातून घडला.

रायगडावर गृहकलह कसा निर्माण झाला असावा, त्यातून संभाजीराजा शत्रूच्या गोटात का गेला, याविषयीची सखोल चर्चा प्रस्तुत ग्रंथाच्या 'शिवछत्रपती आणि युवराज संभाजीराजे' या प्रकरणात केली आहे. या ठिकाणी एवढेच लक्षात घेऊ की, अविश्रांत कष्टाने व असामान्य कल्पकतेने उभारलेल्या हिंदवी स्वराज्याचा वारसदारच कट्टर दुश्मनास जाऊन मिळाला, ही घटना शिवाजी महाराजांना भयंकर धक्का देणारी ठरली. केवळ कौटुंबिक आघाडीवरच नव्हे, तर राजकीय आघाडीवरही महाराजांचा झालेला हा जबरदस्त पराभव होता. या पराभवाचे यातनामय हलाहलही महाराजांनी पचविले; आणि शत्रूच्या गोटातून युवराजास परत आणविले.

पिता-पुत्रांची भेट पन्हाळगडावर मोठ्या हृद्य वातावरणात झाली. कृष्णाजी अनंत सभासदाने या प्रसंगाचे मोठ्या हृदयस्पर्शी शब्दांत वर्णन केले आहे. सभासद म्हणतो - ''मग पितापुत्राची भेट जाहली. बहुत रहस्य जाहले. त्याउपरि राजे म्हणू लागले की, 'लेकरा मजला सोडू नको. औरंगजेबाचा आपला दावा. तुजला दगा करावयाचा होता. परंतु श्रीने कृपा करून सोडून आणिला. थोर कार्य जाले.''१५ आपल्या वाट चुकलेल्या पुत्रास बराच काही उपदेश करून त्यास समाधानी करण्याचा महाराजांनी बराच प्रयत्न केला. याविषयी महाराज व्यंकोजीराजांना लिहिलेल्या पत्रात म्हणतात, ''चिरंजीव राजश्री संभाजीराजे मोगलाईत गेले होते. त्यास आणावयाचा उपाय बहुत प्रकारे केला. त्यासही कळो आले की, ये पातशाहीत अगर विजापूरचे अगर भागानगरचे पातशाहीत आपले मनोगतानुरूप चालणार नाही. ऐसे जाणोन त्यांणी आमचे लिहिण्यावरून स्वार होऊन आले. त्यांची आमची भेट जाली. घरोब्याच्या रीतीने जैसे समाधान करून ये तैसे केले.''१६

खुद्द महाराजांच्या हातच्या पत्रात संभाजीराजांचे त्यांनी घरोब्याच्या रीतीने समाधान केल्याचे म्हटले आहे. यास शिवाजी-संभाजीसंबंधांच्या संदर्भात महत्त्व आहे. आपल्या हातून घडलेल्या गुन्ह्याबद्दल खुद्द संभाजीराजे इतके पश्चात्तापदग्ध झाले होते की, या भेटीत शेवटी महाराजांसमोर लीन होऊन ते म्हणाले, ''आपणास साहेबांचे पायांचे जोड आहे. आपण दूधभात खाऊन साहेबांचे पायांचे चिंतन करून राहीन.''१७

या भेटीनंतर महाराज रायगडाकडे निघून गेले. तिथे राजाराम महाराजांच्या लग्नाची सिद्धता चालू होती; पण राजधानीतील वातावरण संभाजीराजांविषयी इतके

संवेदनशील व नाजूक बनले होते की, या लग्नासाठी संभाजीराजांना सोबत नेणे महाराजांना शहाणपणाचे वाटले नाही. म्हणून त्यांनी संभाजीराजांचा निरोप घेतला. "आपण रायगडास जातो. धाकटा पुत्र राजाराम याचे लग्न करून येतो. मग राज्यभाराचा विचार कर्तव्य तो करू. तू वडील पुत्र आहेस सर्व प्रकारे भरवसा तुमचा."[१८]

पण महाराज आपल्या या पश्चात्तापदग्ध पुत्रास पुन्हा भेटलेच नाहीत. पिता-पुत्रांचा भावी योजनांविषयीचा विचार तसाच राहिला. लवकरच अगदी अकल्पितपणे महाराज अल्पशा आजाराने कालवश झाले.

कनिष्ठ पुत्र राजाराम महाराज

महाराजांची द्वितीय राणी सोयराबाई (मोहिते कुल) हिच्या पोटी कनिष्ठ पुत्र राजाराम महाराज यांचा २४ फेब्रुवारी १६७० रोजी रायगडावर जन्म झाला. सभासद बखरीत त्यांच्या जन्माविषयी मजेशीर कथा सांगितली आहे – "मोहित्यांची कन्या सोयराबाई गरोदर होती. तीस पुत्र जाहला. तो पालथा उपजला. राजियास वर्तमान सांगितले. राजे म्हणू लागले की 'दिल्लीची पातशाही पालथी घालील' असे बोलिले. मग ज्योतिषी म्हणो लागले की, 'थोर राजा होईल. शिवाजी राजियाहून विशेष कीर्ति होईल.' असे भविष्य केले मग राजियांनी राजाराम म्हणून नाव ठेविले."[१९]

संभाजीराजांची शरीरप्रकृती मजबूत होती. स्वभाव मनस्वी व तापट होता. बखरकारांनी त्यांना 'उग्रप्रकृती' म्हणून संबोधले आहे. याउलट राजाराम महाराजांची प्रकृती नाजूक होती. स्वभाव मनमिळाऊ व सौम्य होता. ऋजुत्व अधिक होते. महाराजांच्या या दोन्ही पुत्रांच्या शरीरप्रकृतीचा व स्वभावप्रकृतीचा मराठेशाहीच्या इतिहासावर परिणाम झाल्याचे दिसून येते.

माता सोयराबाईची राजकारणे जेव्हा रायगडावर सुरू झाली, तेव्हा त्यामधील डावपेच समजण्याचे राजाराम महाराजांचे वय नव्हते. पुढे जाणते झाल्यावरसुद्धा त्यांनी वडील बंधू व भावजय यांच्याविषयी कटू भावना धरली नाही. संभाजीराजांच्या वधानंतर राजसिंहासनावर बसल्यावरही त्यांच्या ठायी राणी येसूबाईविषयी आदरभाव व शाहूराजांविषयी ममतेची भावना होती, असे इतिहास सांगतो. राज्याधिकाराचीही आसक्ती त्यांना नव्हती. मराठ्यांच्या गादीवर आपला पुत्र बसावा, अशी महत्त्वाकांक्षा सोयराबाईने धरली. तिच्या हयातीत ती फलद्रूप झाली नाही; पण दैवगतीने त्या गादीवर बसण्याचा योग जेव्हा तिच्या पुत्रास आला, तेव्हा त्याने 'या गादीचा खरा वारस मोगलांच्या कैदेतील शाहूराजे हा आहे, मी नव्हे' असा भाव व्यक्त करावा,[२०] ही घटना राजाराम महाराजांचे व्यक्तिमत्त्व कोणत्या जातीचे होते, याची निदर्शक

म्हणावी लागेल!

रायगडावरील गृहकलह शांत करण्याचा एक उपाय म्हणून ज्येष्ठ पुत्रास कर्नाटकीचे राज्य द्यावे व महाराष्ट्र देशीचे राज्य धाकट्या पुत्राकडेच ठेवावे, अशी शिवाजी महाराजांची योजना दिसते; पण ही योजनाच मुळात संभाजीराजांस मान्य नव्हती. संभाजीराजे मोगली गोटातून परतल्यानंतर पिता-पुत्रांच्या भेटीत 'बहुत रहस्य' होऊन शिवाजी महाराज संतुष्ट झाल्याचे सभासद सांगतो; पण पिता-पुत्रांचे समाधान होण्यासारखे या भेटीत नेमके काय घडले हे इतिहासाला अज्ञात आहे.

शिवाजी महाराजांच्या हातून घडलेले शेवटचे कार्य म्हणजे राजाराम महाराजांचे सेनापती प्रतापराव गुजराची कन्या जानकीबाई हिच्याशी झालेले लग्न – (१५ मार्च १६८०). प्रतापरावाने स्वराज्यासाठी हौतात्म्य पत्करले. त्याची स्मृती म्हणून प्रतापरावाची कन्या त्यांनी स्नुषा म्हणून रायगडावर आणली. या शुभकार्यानंतर अवघ्या १८ दिवसांनी महाराजांचे महानिर्वाण झाले.

दोन सुना : येसूबाई आणि जानकीबाई

महाराजांनी सन १६६१साली दक्षिण कोकणातील प्रदेशावर मोहीम काढली, त्या वेळी शृंगारपूरच्या सूर्यरावाचे राज्य त्यांनी जिंकून घेतले. त्याच्या पदरी असणारे पिलाजीराव शिर्के महाराजांच्या सेवेत आले. त्यांची कन्या येसूबाई ऊर्फ राजसबाई ही आपली सून म्हणून, म्हणजे ज्येष्ठ पुत्राची पत्नी म्हणून त्यांनी राजपरिवारात आणली - (सन १६६५). राजमाता जिजाबाईंची ही पहिली नातसून म्हणून तिचे मोठे कोडकौतुक झाले असणार.

येसूबाई मोठी शहाणी, व्यवहारचतुर व धीरोदात्त स्त्री होती, असे इतिहास सांगतो. पतीच्या कारकिर्दीत तिने त्यास समर्थ साथ दिली; आणि त्याच्या क्रूर वधानंतर कोसळलेल्या भयानक संकटासही ती समर्थपणे सामोरी गेली, अशी की शिवाजी महाराजांची सून शोभावी. संभाजी महाराजांच्या कैदेनंतर निर्माण झालेल्या अभूतपूर्व संकटात तिने हिंदवी स्वराज्याचाच विचार केला आणि स्वतःचा पुत्र गादीवर बसविण्याऐवजी आपल्या दिरास – राजाराम महाराजांस – छत्रपती म्हणून घोषित केले. मराठ्यांच्या इतिहासात अशा प्रकारे त्यागी व निःस्वार्थी जीवनाचा एक आदर्श उभा केला.

रायगडाच्या पाडावानंतर (सन १६८९) मोगलांनी येसूबाईला तिच्या पुत्रासह कैदेत टाकले. दुर्दैवाने तिला तब्बल ३० वर्षे शत्रूच्या कैदेत राहावे लागले. सन १७१९ साली तिची सुटका झाली. सुदैव इतकेच, की तिच्या आयुष्याचा सुखान्त झाला. आपला पुत्र मराठ्यांचा राजा बनून त्याची कीर्ती व सत्ता वर्धिष्णू बनत चालल्याचे तिने पाहिले. तिचा मृत्यू सन १७३१च्या सुमारास झाला.

दुसरी सून जानकीबाई हिचा वृतान्त वर आलाच आहे. शिवाजी महाराजांच्या निधनानंतर काही कालाने तिचा मृत्यू झाला व नंतर संभाजी महाराजांनी राजाराम महाराजांचा विवाह ताराबाई व राजबाई ह्यांच्याशी लावून दिला, असे इतिहासकार आजवर समजत आले. तथापि, जानकीबाई संभाजीकालात जिवंत होती. इतकेच नव्हे, तर येसूबाईबरोबर ती मोगली कैदेत गेली; आणि येसूबाईबरोबर तिची सुटका होऊन ती स्वराज्यात आली, अशी नव्यानेच उपलब्ध झालेली कागदपत्रे सांगतात.

महाराजांचा राज्ञीपरिवार व कन्या

महाराजांच्या राज्ञीपरिवारासंबंधी एकवाक्यता नाही. बखरीत राण्यांची संख्या वेगवेगळी दिलेली आहे. तत्कालीन व उत्तरकालीन ऐतिहासिक साधनांच्या आधारे राण्यांची यादी पुढीलप्रमाणे होते –

१) सईबाई - (कुल : निंबाळकर - पवार) लग्न सु. सन १६४१
२) सगुणाबाई - (कुल : शिर्के की पालकर?) लग्न सु. सन १६४१[२१]
३) सोयराबाई - (कुल : मोहिते) लग्न सन १६५० पूर्वी
४) सकवारबाई - (कुल : गायकवाड) लग्न १० जाने. १६५७
५) काशीबाई - (कुल : जाधव) लग्न ८ एप्रिल १६५७
६) पुतळाबाई - (कुल : इंगळे) लग्न १५ एप्रिल १६५७
७) लक्ष्मीबाई - (विचारे) (?)
८) गुणवंताबाई - (इंगळे) (?)

शिवाजी निबंधावली भाग- १ यामध्ये धारच्या श्री. शिवराम काशिनाथ ओक यांनी शिवाजी महाराजांच्या राण्यांच्या संख्येबद्दल बरीच चिकित्सा केली आहे.''[२२] त्यांनी वरीलप्रमाणे आठ राण्यांची नावे दिली असली, तरी त्यांचे बरेच आधार म्हणजे उत्तरकालीन बखरी आहेत. ओकांच्या लेखाच्या आधारावरच रियासतकारांनी अशीच राण्यांची यादी दिली आहे.''[२३] बृहदीश्वर शिलालेखात १) सईबाई (निंबाळकर), २) काशीबाई (जाधव), ३) सकवारबाई (गायकवाड), ४) पुतळाबाई (पालकर), ५) सगुणाबाई (शिर्के) आणि ६) सोयराबाई (मोहिते) अशी सहा राण्यांची नावे माहेर घराण्यासह दिली असून, शेवटी आणखी दोन राण्या होत्या असे सांगून त्यांची फक्त माहेरे दिली आहेत. नावे नाहीत.[२४] सभासद म्हणतो की, ''राजियास प्रथम स्त्री संभाजीराजियांची माता होती ती निवर्तली. त्याजवरी राजियांनी सहा स्त्रिया केल्या.''[२५] शिवाजी महाराजांची कारकीर्द पाहिलेल्या सभासदांच्या हातून महाराजांच्या राण्यांची संख्या चुकीची दिली जाणार नाही. ती आपण प्रमाण मानावयास हरकत नाही. म्हणजे महाराजांच्या राण्यांची संख्या सात होते. आठ नाही.

ज्येष्ठ राणी सईबाई ही सन १६५९मध्ये मृत्यू पावली. राज्याभिषेकाच्या वेळी

सोयराबाई ह्या क्रमांक तीनच्या राणीस पट्टराणी म्हणून ज्येष्ठत्वाचा मान मिळाला. यावरून क्रमांक दोनची राणी सगुणाबाई जरी कागदोपत्री पुरावा नसला, तरी तत्पूर्वी केव्हातरी मृत्यू पावली असणार, हे उघड आहे. काशीबाई नावाच्या आणखी एका राणीचा मृत्यू राज्याभिषेकापूर्वी काही दिवस (मार्च १६७४) झाल्याचे 'शिवराज्याभिषेक कल्पतरू'मध्ये नमूद आहे.[२६] यावरून राज्याभिषेक प्रसंगी मौंजीबंधन विधी झाल्यानंतर महाराजांनी हयात असलेल्याच राण्यांशी पुन्हा समंत्रक विवाह केले. हे विवाह एकामागून एक दोन दिवसांच्या दरम्यान झाले असावेत. केवळ शास्त्रासाठीच या अशा विवाहांची आवश्यकता असल्याने त्यांचा गाजावाजा फारसा झाला नाही. अशा या समंत्रक विवाहांपैकी शेवटचा चौथा विवाह राज्याभिषेक प्रसंगी झाल्याचे इंग्रज अधिकारी नमूद करतात. (The Rajah was married to a fourth wife without any state or ceremony...)[२७] राज्याभिषेकानंतर महाराजांनी आणखी कोणा स्त्रीशी विवाह केल्याचे कागदोपत्री नमूद नाही. यावरून राज्याभिषेकापूर्वीच्या तीन मृत राण्या आणि राज्याभिषेकाप्रसंगी हयात असलेल्या चार राण्या अशी महाराजांच्या राण्यांची संख्या सात असावी, या अनुमानास बळकटी येते.

राज्याभिषेक प्रसंगी हयात असणाऱ्या चार राण्यांपैकी क्रमांक सातची राणी लक्ष्मीबाई ही राज्याभिषेक ते महाराजांचा मृत्यू या दरम्यान कालवश झालेली दिसते; कारण महाराजांच्या मृत्यूसमयी तीनच राण्या हयात होत्या. त्यापैकी राणी पुतळाबाई महाराजांच्या मृत्यूनंतर काही दिवसांनी रायगडावर सती गेली. राणी सोयराबाई संभाजी महाराजांच्या कारकिर्दीच्या प्रारंभी सन १६८१साली रायगडावर मृत्यू पावली. राणी सकवारबाईला मात्र दीर्घायुष्य मिळाले. सन १६८९ साली रायगड जेव्हा शत्रूच्या हाती गेला, तेव्हा ती हयात होती. येसूबाई व शाहूराजे यांच्या समवेत शत्रूने तिलाही कैद करून मोगली छावणीत नेले. तिथे मोगलांच्या कैदेत असतानाच तिचा मृत्यू झाला. असा हा महाराजांच्या राज्ञीपरिवाराचा थोडक्यात इतिहास आहे.

या राण्यांपासून महाराजांना दोन पुत्र व सहा कन्या झाल्या. सईबाईला ज्या तीन कन्या झाल्या, त्यांपैकी सखूबाई ऊर्फ सकवारबाई ही महादजी नाईक निंबाळकर यास दिली होती; दुसरी राणूबाई हिला जाधव घराण्यात दिले होते आणि तिसरी अंबिकाबाई हिला हरजीराजे महाडीक यास दिले होते. सगुणाबाईस एक कन्या झाली. तिचेच नाव नानीबाई ऊर्फ राजकुँवर. हिचे लग्न गणोजी शिर्क्यांशी झाले होते. सोयराबाईस दीपाबाई नावाची कन्या होती. ती विसाजीराव (?) नावाच्या सरदाराला दिली होती. सकवारबाईस कमलाबाई ही कन्या झाली. तिचे लग्न नेताजी पालकराचा पुत्र जानोजी याजबरोबर झाले होते.

राणी सोयराबाई

शिवाजी महाराजांच्या परिवारात राणी सोयराबाईचे स्थान वादग्रस्त आहे; म्हणून तिच्याविषयी चार शब्द अधिक लिहिणे आवश्यक आहे. सरसेनापती हंबीरराव मोहिते (तळबीडकर) यांची ती बहीण. राज्याभिषेकाच्या प्रसंगी तिला पट्टराणीचा मान मिळून तिची राजपरिवारातील प्रतिष्ठा वाढीस लागली होती. त्यातच राज्याभिषेकानंतर काही दिवसांनीच राजमाता जिजाबाईंचा स्वर्गवास घडून आल्याने राजपरिवारातील सुनांवरील नैतिक दबाव नाहीसा झाला होता. अशा परिस्थितीत आपल्या पुत्रास राज्य मिळावे, ही सोयराबाईंची सुप्त महत्त्वाकांक्षा वाढीस लागल्यास नवल नव्हते. त्यातच युवराज संभाजीराजांपासून दुरावलेले प्रधान तिला येऊन मिळाले व लवकरच त्यांनी तिला पुढारपण देऊन राजधानीत युवराजाविरुद्ध एक राजकीय गट तयार केला. राजकारणात तरबेज असलेल्या प्रधानांच्या डावपेचांच्या जाळ्यात ही राज्यव्यवहार, राजनीती इत्यादीचा अनुभव नसलेली राणी दिवसेंदिवस गुंतत व फसत गेली, असाच निष्कर्ष ज्ञात इतिहासावरून काढावा लागतो. शिवाजी महाराजांच्या हिंदवी स्वराज्याच्या उद्योगाचे रहस्य उमजून त्यांना त्यामध्ये साथ देणे, ही तिच्यासारख्या विचाराने व अनुभवाने अपरिपक्व असणाऱ्या राणीच्या आवाक्याबाहेरची गोष्ट होती. पुढे संभाजीराजांच्या वधानंतरच्या संकटकालात याच परिवारातील एक राणी – येसूबाई ज्या उदात्त व नि:स्वार्थी तत्त्वाने वागली, त्या तत्त्वाचा अवलंब सोयराबाईने केला असता, तर रायगडावरील गृहकलहास जागाच नव्हती; पण सोयराबाईने येसूबाईची भूमिका न स्वीकारता रामायणातील कैकयीची भूमिका स्वीकारली, हेच खरे हिंदवी स्वराज्याचे, शिवाजी महाराजांचे, दुर्दैव होते!

सोयराबाई 'तरुण, सुंदर व चमकदार' असल्याने शिवाजी महाराज तिच्या प्रभावाखाली होते, असा संभाजीराजांचा पक्षपाती अनुपुराणाचा कर्ता म्हणतो; पण महाराज स्त्रीसौंदर्याच्या आहारी जाणारे नव्हते, असेच त्यांचे चरित्र व चारित्र्य सांगत असल्याने अनुपुराणकाराच्या म्हणण्यात तथ्यांश नाही. तथापि, रायगडावरील गृहकलह शांत करण्याच्या दृष्टीने त्यांच्या मनात काही योजना घोळत असाव्यात व त्यावर त्यांनी संभाजीराजांशी पन्हाळगडावर झालेल्या भेटीत चर्चाही केली असावी; पण या योजनांना काही रूप देण्यापूर्वीच महाराज रायगडावर आकस्मिकपणे कालवश झाले.

सोयराबाईने महाराजांवर विषप्रयोग केला व त्यातच ते निधन पावले, असा एक समज जनसामान्यांत रूढ झालेला आढळतो. या समजाला १९व्या शतकातील शिवदिग्विजयसारख्या उत्तरकालीन बखरीच जबाबदार आहेत. शिवदिग्विजय बखरीत तर हा विषप्रयोगाचा प्रसंग एखाद्या कादंबरीलाही लाजवेल या पद्धतीने दिला आहे!

चिटणीस बखरीत (हीही १९व्या शतकातील) संभाजीराजांच्या तोंडी सोयराबाईवर "तुम्ही राज्यलोभास्तव महाराजास विषप्रयोग करून मारिले" असा आरोप घातला आहे. नाही म्हणावयास तत्कालीन पत्रव्यवहारात सोयराबाईच्या या विषप्रयोगासंबंधी एक पुरावा उपलब्ध आहे. तो म्हणजे डचांच्या डाग रजिस्टरमधील एक नोंद. ती अशी – "गोवळकोंड्याहून असे लिहून आले आहे की, शिवाजीराजाला दुसऱ्या बायकोकडून विषप्रयोग झाला असावा."[२८]

ही नोंद महाराजांच्या मृत्यूनंतर सहा-सात महिन्यांनी केलेली व अफवेच्या स्वरूपात नोंदविलेली आहे. शिवाय ही अफवा गोवळकोंड्यासारख्या दूरच्या अंतरावरून आलेली आहे. अशा अफवा इंग्रजांच्या पत्रव्यवहारात ठायीठायी आढळतात. सन १६७५ साली महाराज साताऱ्यात गंभीर आजारी पडले, तेव्हा १७ जानेवारी १६७६ च्या सुरतकरांना लिहिलेल्या पत्रात मुंबईकरांनी लिहिले, 'For these many days here is a continued report of Sevagees being dead… It is reported he was poisoned by his son…'[२९] काही दिवसांनी ७ एप्रिल १६७६ रोजी, सुरतकर आपल्या मायदेशी काय कळवितात पाहा - 'The report still continues of Sevagees death (but yet it is much doubted). He was poisoned by his barber…'[३०]

आता या सर्वच वार्ता (अफवा) खऱ्या मानून इतिहासलेखन झाले, तर मोठा अनर्थच होईल! सोयराबाईचा पक्षपाती इतिहासकार विषप्रयोगाचा आरोप संभाजीवरसुद्धा करू शकेल! आमचे म्हणणे एवढेच, की विषप्रयोगासारख्या गंभीर गुन्ह्याचा आरोप इतिहासातील एखाद्या व्यक्तीवर (विशेषत: स्त्रीवर) करीत असता त्या काळातील प्रतिष्ठित घराण्याचा कुलाचार, संस्कार, हिंदू स्त्रीची पतिनिष्ठा या सर्व गोष्टीही विचारात घ्यावयास हव्यात. महाराजांच्या निधनानंतर आपल्या पुत्रास गादी मिळविण्याचा प्रयत्न सोयराबाईने केला असला, तरी खुद्द पतीचाच काटा आपल्या मार्गातून दूर करण्याचा निर्दयपणा व पतिद्रोह तिच्याजवळ होता, असे म्हणणे धाडसाचे ठरेल.

सन १६८० साली पन्हाळ्यावरून रायगडावर आल्यावर संभाजीराजांनी सोयराबाईस भिंतीत चिणून मारले, ही अशीच एक भाकडकथा चिटणीस बखरीने रूढ केली आहे. वास्तविक संभाजीराजे गडावर आल्यानंतर सोयराबाई पुढे ऑक्टोबर १६८१ पर्यंत जिवंत आहे![३१] शहाजादा अकबराच्या मदतीने संभाजीराजास पदच्युत करण्याच्या दुसऱ्या कटात जेव्हा ती गुंतल्याचे उघड झाले, त्या वेळी कठोर नियतीला सामोरे जाण्याशिवाय दुसरा पर्याय तिला राहिला नाही. लवकरच तिने मृत्यूला कवटाळले! संभाजीराजांच्या सांगण्यावरून तिला विष देऊन मारण्यात आल्याची वार्ता (की अफवा?) मुंबईकर इंग्रज २७ ऑक्टोबर १६८१च्या आपल्या पत्रात नोंदवतात.[३२] शिवाजी महाराजांच्या राज्यलोभाचा हव्यास धरणाऱ्या राणीच्या जीवनाचा असा

शोकान्त घडून आला खरा!

महाराजांच्या उपस्त्रिया (?)

'महाराजांच्या उपस्त्रिया' हा शिवचरित्रातील मोठा नाजूक विषय आहे. वास्तविक, त्या काळी व त्या काळानंतरसुद्धा (मराठेशाही बुडाल्यानंतरसुद्धा), उपस्त्रिया किंवा नाटकशाळा किंवा रक्षा बाळगणे हे समाजात मोठे प्रतिष्ठितपणाचे लक्षण मानले जात होते. महाराजांचे पिता शहाजीराजे यांना उपस्त्रिया होत्या. महाराजांचे दोन्ही पुत्र संभाजीराजे व राजाराम महाराज यांना उपस्त्रिया होत्या. एवढेच नव्हे, तर पुण्यश्लोक म्हणून इतिहासात प्रसिद्ध पावलेला त्यांचा नातू शाहू महाराज यासही उपस्त्रिया होत्या. शाहू महाराजांची विरुबाई नावाची रक्षा तर मराठ्यांच्या इतिहासात मशहूरच आहे.

अशा परिस्थितीत शिवाजी महाराजांनी आपल्या अंत:पुरात एकदोन उपस्त्रिया बाळगल्या तर बिघडले कुठे, असा प्रश्न स्वाभाविकच निर्माण होतो. वास्तवात त्या तशा असत्या, तर खरोखरच काही बिघडले नसते. आज हिंदुस्थानाच्या इतिहासात असामान्य कामगिरी करणारा थोर राजा म्हणून शिवाजी महाराजांचे जे स्थान आहे, ते त्यामुळे रतिभरही कमी झाले नसते; कारण महाराजांची थोर कामगिरी त्यांना उपस्त्रिया होत्या की नाही, या निकषावर तपासली जात नाही. ते निकष फार वेगळे आहेत. महाराजांना उपस्त्रिया होत्या हे विधान सिद्ध करणारे एकही अस्सल ऐतिहासिक साधन छातीठोकपणे पुढे येऊन सांगत नाही. तरीपण हा प्रश्नच कसा उपस्थित झाला, कशामुळे उपस्थित झाला, याचा इतिहास आमच्या वाचकांसमोर मांडणे थोडे उद्बोधक ठरेल.

सन १९२३ साली इतिहासाचार्य वि. का. राजवाडे यांनी आपल्या 'मराठ्यांच्या इतिहासाची साधने' या मालिकेतील चौथा खंड प्रकाशित केला. त्या खंडाच्या प्रस्तावनेत 'शिवाजीस दोन उपस्त्रिया होत्या असे रामदासांच्या चरित्रावरून दिसते,' असे त्यांनी मोघमपणे एक विधान केले. हे रामदासांचे चरित्र म्हणजे राजवाड्यांना आपल्या भटकंतीत पाहावयास मिळालेले उत्तरकालीन रामदासी बखरीचे एक चोपडे होते. त्याचा खल राजवाड्यांनी फारसा केला नाही;

पण सर जदुनाथ सरकारांनी राजवाड्यांचे नेमके हे विधान उचलले आणि आपल्या शिवचरित्रात महाराजांस दोन उपस्त्रिया अर्थात रक्षा (Concubines) होत्या असे विधान घातले. याच सुमारास मुंबई इलाख्याचे त्या वेळचे पोलीस कमिशनर एस. एम. एडवर्ड्स यांनी 'Crime in India' हे पुस्तक प्रसिद्ध केले. त्यामध्ये एडवर्ड्स महाशयांनी सरकारांच्या विधानाचा वापर करून महाराजांच्या चारित्र्यावर शिंतोडे उडविले! त्याबरोबर महाराष्ट्रात व महाराष्ट्राच्या बाहेर शिवप्रेमी

विद्वज्जनांत संतापाची लाट उसळली. 'टाइम्स ऑफ इंडिया'च्या अंगणात हा वाद गेला. तिथे आव्हाने-प्रतिआव्हाने दिली गेली. मराठी संशोधकांनी महाराजांचे चारित्र्यहनन करणाऱ्या गोऱ्या साहेबाच्या सांस्कृतिक दुष्टाव्यास चोख उत्तर दिले.

अशा मराठी संशोधकांपैकी धारच्या शिवराम काशिनाथ ओक यांनी राजवाड्यांना पाहावयास मिळालेल्या त्या रामदासी बखरीचा शोध जारीने चालविला. सुदैवाने त्या बखरीचे एक हस्तलिखित त्यांना धारमध्येच इतिहास संशोधक काशिनाथ कृष्ण लेले यांच्या संग्रही मिळाले. या हस्तलिखितावर विक्रम संवत १९१० (म्हणजे इ. स. १८५३) असा लेखनकाल दिला आहे. आता ह्या बखरीत मूळ कथा दिली आहे ती अशी :

"श्रींचे चरित्रास पाचवे प्रकरणास प्रारंभ. चतुर्थ प्रकरणाचे अंती श्री पंढरीस जाऊन, श्रींचे दर्शन करून, श्री कृष्णातीरी आल्यावर कोणे येके दिवशी रायगडी छत्रपति असता महाराज निद्रास्थानी त्रिवर्ग राण्या ज्येष्ठ पत्नी सईबाईसाहेब, दुसरी सोयराबाईसाहेब, तिसरी सगुणाबाईसाहेब व उपस्त्रिया लावेरसी लग्न लाविलेल्या मनोहर व मनसंतोष असे पाच जणे बसले आहेत; गोमांतकी आंबे आले होते, त्याचे कापे करून त्रिवर्ग राण्यांनी व उभयतांनी ताटे भरून पुढे ठेवली. महाराजांनी चित्तात आणोन बोलिले की हे आंबे बहुत चांगले आहेत, समई स्वामी समर्थ असते तरी समर्पण करून नंतर प्रसाद घेतो. असे राण्यांशी महाराज बोलतात तो कवाडास धक्का देऊन दार उघडा म्हणोन समर्थ बोलले. शब्द ऐकून महाराज त्वरेने उठोन कवाड उघडून पाहतात तो स्वामी उभे! दंडवत करून समर्थांचा हात हातावर घेऊन खोलीत नेऊन आसनावर बसवून पादप्रक्षालन करून पूजा केली. आंबे स्वामीस अर्पण केले! नंतर प्रसाद राजश्रींनी सेवन करून राण्यास प्रसाद दिल्यानंतर समर्थास महाराजांनी तांबूल देऊन चार घटका स्वाभाविक भाषणे जाहली. समर्थ जाण्यास निघाले. महाराज (बोलिले) रात्रीचा समय. येणे कसे झाले? आणि जाण्याचे कोठे? (तेव्हा) बाहेर ये, दाखवितो, म्हणोन महाराजांचा हात धरून (समर्थ) किल्ल्याच्या तटावर आले. खाली एक पाय, वरता एक पाय असा चढून आलो, असा उतरून जातो. (असे बोलून) विद्युलतेसारखा प्रकाश पडून स्वामी अदृश्य झाले! हे पाहून महाराज विचार करितात, जे स्वामीचे करणे ते परम आश्चर्यकारक! (हे) पाहून संतोष मानिते झाले. हे चरित्र शके १५७२ विक्रति नाम संवछरी जाहाले."[३३]

शिवाजी महाराजांची कारकीर्द १७ व्या शतकात झाली. त्यांच्यानंतर तब्बल २०० वर्षांनी, १९ व्या शतकाच्या मध्यावर तयार केलेल्या या रामदासी बखरीच्या कर्त्याच्या इतिहासज्ञानाविषयी काय लिहावे! शिवाजी-रामदास स्वामी यांची ही भेट रायगडावर शके १५७२ साली म्हणजे इ स. १६५०साली झाल्याचे तो बेधडकपणे सांगतो; पण मुळात रायगड (रायरी) ताब्यात आला तो शिवाजी महाराजांनी सन

१६५६ साली चंद्रराव मोऱ्याची जावळीची जहागीर काबीज केल्यावर! दुसरे असे, की महाराजांची रामदास स्वामींशी पहिली भेट झाली ती सन १६७२ साली. अशी ऐतिहासिक वास्तवता असता, ताब्यात नसलेल्या रायगडावर महाराज आपल्या त्रिवर्ग राण्या व दोन उपस्त्रिया यांच्या समवेत आंबे खाण्यासाठी बसतात, इतक्यात त्यांना स्वामींची आठवण येते, आठवण येताच स्वामींची दारावर थाप पडून साक्षात ते प्रकट होतात, निरोप देते समयी एक पाय तटावर व एक पाय तटाखाली देऊन विद्युल्लतेप्रमाणे प्रकाश पाडून स्वामी अदृश्य होतात, या रामदासी भाकडकथेवर कुणा अंध भक्ताचाच विश्वास बसेल. इतिहास संशोधक म्हणून कुणी विश्वास ठेवणार नाही.

ओकांसारख्या मराठी संशोधकांच्या प्रयत्नामुळे पुढे सर जदुनाथ सरकारांनी आपल्या शिवचरित्रामधून महाराजांच्या उपस्त्रियांविषयीचे विधान गाळून टाकले असे असले, तरी शिवछत्रपतींवर कथा-कादंबऱ्या लिहिणाऱ्या अर्वाचीन मराठी साहित्यिकांना या 'उपस्त्रिया प्रकरणा' बद्दल जबर मोहनी पडलेली दिसते. मध्ययुगात असामान्य चारित्र्यसंपन्नता असणाऱ्या या महापुरुषाच्या जीवनात उपस्त्रियांचा प्रवेश ही घटना कदाचित त्यांना नाट्यमय भासली असावी; पण या महापुरुषाच्या जीवनात अन्य इतकी अद्भुत व रोमांचकारी कृत्ये आहेत, की त्यापुढे या तथाकथित उपस्त्रियांचा मसाला फिक्का पडावा! पण त्यांना सांगणार कोण?

शेवटी एक महत्त्वाचा मुद्दा लक्षात घेतला पाहिजे. तो म्हणजे १७व्या शतकातील सामाजिक रीतीरिवाज व नीतिनियम हे आजच्या रीतीरिवाजांहून व नीतिनियमांहून भिन्न होते. अनेक स्त्रियांशी लग्न करणे व उपस्त्रिया बाळगणे ही गोष्ट १७ व्या शतकात निषिद्ध मानली जात नव्हती. महाराजांनी सात लग्ने केली, ही गोष्ट तत्कालीन समाजमान्य रूढीप्रमाणेच झाली. अशी लग्ने करण्यात निरनिराळ्या मराठा घरंदाज घराण्यांशी नात्याचे संबंध प्रस्थापित करून त्यांचे आपल्या स्वराज्य स्थापनेच्या कार्यात सहकार्य मिळविणे, हा महाराजांचा उद्देश नसेलच असे नाही. अशी लग्ने करण्यात विषयलोलुपता असती, तर मोगल बादशहाप्रमाणे आपल्या सुखोपभोगासाठी शेकडो सुंदर स्त्रियांचा जनानखाना बाळगण्यास महाराजांना कोण अडविणार होते? तेव्हा अनेक लग्ने करण्यात महाराजांचे प्रबळ मराठी घराणी एकत्र जोडण्याचेच राजकारण अधिक होते असे अनुमान काढल्यास ते गैर ठरू नये.

शिवाजी महाराजांचा असा हा परिवार. शहाजीराजे कालवश झाल्यावर जिजाबाई ह्या परिवारप्रमुख बनल्या. त्यांच्या नैतिक सामर्थ्याने या परिवाराचा समतोल ढळला नाही; पण त्यांच्या निर्वाणानंतर वडीलकीचा दबदबा नाहीसा झाल्यावर अंत:पुरात राजकारणे शिजू लागली. अखंडपणे स्वराज्याच्या उद्योगात असणाऱ्या महाराजांना या राजकारणाची किती कल्पना होती, याविषयी फारसा अंदाज बांधता येत नाही;

पण पुढे जेव्हा या राजकारणाचे दृश्यमान स्वरूप त्यांच्या ध्यानात आले, तेव्हा बराच उशीर झाला होता. अशाही स्थितीत महाराजांनी न डगमगता राजपरिवाराचा गाडा सुस्थितीत राखण्याचा प्रयत्न केला.

खुद्द महाराजांनी आपल्या परिवारात आज्ञाधारक पुत्र, प्रेमळ पती व कर्तव्यनिष्ठ पिता अशा त्रिविध भूमिका समर्थपणे पार पाडल्या असल्या, तरी परिवारातील सर्व सदस्यांनी महाराजांचा आदर्श डोळ्यासमोर ठेवला होता, असे दिसत नाही. सामान्य माणसांचा कौटुंबिक परिवार व राजपरिवार यात एक महत्त्वाचा फरक असतो. सामान्य परिवारातील हेवेदावे व स्वार्थभावना त्या कुटुंबावरच परिणाम घडवितात; पण राजपरिवारातील हेवेदावे व स्वार्थभावनांनी राष्ट्राच्या जीवनावर परिणाम होतो, याचे भान शिवाजी महाराजांना जेवढे होते, तेवढे त्यांचा पुत्र संभाजीराजे व राणी सोयराबाई यांना नव्हते, असाच निष्कर्ष शेवटी काढावा लागतो.

संदर्भ

१. मराठी रियासत : शहाजीराजे भोसले, पृ. ७०-७१
२. राधामाधवविलासचंपू, पृ. १९-३३, ३५
३. श्री शिवछत्रपति, पृ. २४८
४. शिवचरित्र प्रदीप, पृ. १७; शिवकालीन-पत्रसार-संग्रह, खं. १, पृ. २३२
५. Shivaji And His Times, p. 204
६. राधामाधवविलासचंपू, पृ. १८-१९
७. Shivaji And His Times, p. 211
८. श्री शिवछत्रपति, पृ. ७२
९. मालोजी राजे व शहाजी महाराज पृ. ५२७
१०. छत्रपती संभाजी महाराज, पृ. १२३-१२४
११. शिवकालीन पत्रसार संग्रह, खं. २, पृ. ७१३-७१५
१२. सभासदविरचित छत्रपति श्री शिवाजीराजे यांची बखर, पृ. ९१
१३. इतिहास-मंजिरी, पृ. १०४-१०५
१४. छत्रपती संभाजी स्मारक ग्रंथ, (प्रस्तावना) पृ. २९
१५. सभासदविरचित छत्रपति श्री शिवाजीराजे यांची बखर, पृ. ९३
१६. शिवकालीन पत्रसारसंग्रह, खं. २, पृ. ६८४
१७. सभासदविरचित छत्रपति श्री शिवाजीराजे यांची बखर, पृ. ९३
१८. कित्ता, पृ. १०६
१९. कित्ता, पृ. ६९
२०. मराठ्यांच्या इतिहासाची साधने, खं. १५, पत्र क्र. २८५
२१. छत्रपती संभाजी महाराज, पृ. १२६

२२. शिवाजी-निबंधावली, भाग १, पृ. २०९-२१८
२३. मराठी रियासत - शककर्ता शिवाजी, पृ. ३४३
२४. शिवाजी-निबंधावली, भाग १, पृ. २१०
२५. सभासदविरचित छत्रपति श्री शिवाजीराजे यांची बखर, पृ. ६९
२६. शककर्ते शिवराय, पृ. ८१६
२७. English Records on Shivaji, Vol. ll., p. 376
२८. शिवकालीन पत्रसार संग्रह, खं. २, स. ६९८
२९. English Records on Shivaji, Vol. ll., p. 78
३०. कित्ता, पृ. ८४
३१. छत्रपती संभाजी महाराज, पृ. १४१
३२. कित्ता, पृ. १९१
३३. शिवाजी - निबंधावली, भाग-१, पृ. २२१

शिवाजीराजासाठी आत्मबलिदान करणारा
शिवा काशीद

रायगड, राजगड, सिंहगड, विशाळगड, पन्हाळे हे महाराष्ट्रातील प्रमुख गड. हिंदवी स्वराज्याचा खरा पराक्रम या गडांच्या आसमंतात घडला. शिवकालातील पराक्रमाचे, वैभवाचे, संकटाचे व सुख-दु:खाचे अनेक प्रसंग या गडांनी पाहिले. हिंदवी स्वराज्याची उभारणी याच गडांच्या साह्याने शिवाजी महाराजांनी केली. पन्हाळगडाच्या संदर्भात विचार करता शिवचरित्रातील अनेक महत्त्वाचे प्रसंग या गडाच्या आसमंतात घडून आल्याचे दिसून येते.

त्यामध्ये सिद्दी जोहरच्या वेढ्याचा प्रसंग तर मोठा रोमांचकारी आहे.

सिद्दी जोहरची स्वारी

सन १६५९च्या नोव्हेंबरात शिवाजी महाराजांनी आदिलशाही सरदार अफझलखान यास नेस्तनाबूद करून प्रचंड लष्करी व राजकीय यश मिळवले; आणि या धक्क्यातून आदिलशाहीला सावरण्यास सवड न देता त्वरेने पुढे होऊन त्यांनी वाई-सातारा-कराड-कोल्हापूर असे आपल्या राज्याच्या दक्षिणेकडील प्रदेश अवघ्या महिन्याभरात जिंकून घेतले. अफझलखान वधानंतर फक्त १८ दिवसांत महाराजांनी पन्हाळा जिंकला. यावरून आदिलशाही मुलखांवरील त्यांच्या आक्रमणाचा वेग ध्यानात येतो. याच वेळी पन्हाळ्याच्या पश्चिमेस असणारे खेळणा, रांगणा इ. किल्ले घेऊन महाराजांच्या फौजा दक्षिण कोकणात उतरल्या व त्यांनी दाभोळही काबीज केले. महाराजांच्या या पराक्रमामुळे मराठ्यांचे 'हिंदवी स्वराज्य' खऱ्या अर्थाने साकारू लागले. देशावर चाकणपासून पन्हाळ्यापर्यंत व कोकणात कल्याणपासून दाभोळपर्यंत असणारा मराठी मुलूख महाराजांच्या हुकमतीत आला. आदिलशाही सत्तेविरुद्ध शिवाजीराजाचे हे जबरदस्त बंड ठरले!

अफझलखानाच्या वधाचा जसा आदिलशाही दरबाराला प्रचंड धक्का बसला

होता, तसाच धक्का पन्हाळा किल्ला हातातून गेल्याने बसला होता. पन्हाळा म्हणजे दक्षिण महाराष्ट्रातील आदिलशाहीची दुसरी राजधानीच होती. पन्हाळा ताब्यात असणे म्हणजे कोकणात गोव्यापर्यंतचा व देशावर बेळगाव धारवाडपर्यंतचा प्रदेश जरबेत असणे, असे त्या काळचे राजकीय व लष्करी गणित होते. स्वाभाविकच इतका महत्त्वाचा किल्ला शिवाजी महाराजांच्या ताब्यात राहू देणे म्हणजे द. महाराष्ट्रातील आपल्या मुलखावर पाणी सोडणे, असे आदिलशहास वाटत होते आणि म्हणूनच त्याने पन्हाळा पुन्हा आपल्या कबजात आणण्यासाठी रुस्तुम झमानच्या नेतृत्वाखाली एक मोठी मोहीम महाराजांविरुद्ध पाठविली; पण या चालून येणाऱ्या फौजेचा महाराजांनी असा काही पराभव केला, की आदिलशाही सैनिकांना जीव मुठीत धरून पन्हाळ्याच्या पायथ्याहून पलायन करावे लागले! त्यांचा पाठलाग करीत महाराजांचा सेनापती नेताजी पालकर बेळगाव, धारवाडपर्यंत मुलूख लुटीत गेला!

अफजलखान मारला गेला! रुस्तुम झमान सपाटून मार खाऊन माघारी आला! तथापि, आदिलशाही दरबारातील पराक्रमी सेनानींची यादी संपली होती असे नाही. अफझल-रुस्तुमसारखे अनेक सरदार या शाहीच्या पदरी मौजूद होते. आता आदिलशहाने कर्नाटकातील कर्नूल प्रांताचा सुभेदार सिद्दी जोहर ऊर्फ सलाबतखान याची महाराजांवर नेमणूक केली. हा सिद्दी जोहर काही सामान्य सरदार नव्हता. स्वत: मोठा पराक्रमी होताच; पण त्याचा सेनासंभारही प्रचंड होता. खुद्द आदिलशाही दरबाराला त्याच्या लष्करी सामर्थ्याची धास्ती वाटत असे. अशा सामर्थ्यशाली सरदारासमवेत रुस्तुम झमान, अफझलखानपुत्र फाजलखान, सिद्दी मसूद, बाजी घोरपडे इत्यादी अनेक नामांकित सेनानी व त्यांचे सैन्य देऊन आदिलशहाने मोठ्या उमेदीने त्यांना पन्हाळ्यावर मोहिमेस धाडले. २० हजार घोडदळ व ३५ हजार पायदळ अशी ५५ हजारांची फौज घेऊन जोहर पन्हाळ्यावर चालून आला.

महाराज वेढ्यात सापडले

रुस्तुम झमानला पळवून लावल्यावर महाराजांनी पन्हाळ्यावरून पुढे होऊन मिरजेच्या आदिलशाही ठाण्यास वेढा घातला होता. आता सिद्दी जोहर मोठ्या सैन्यानिशी चालून येत आहे, हे समजताच महाराजांनी हा वेढा उठवून पन्हाळ्याकडे माघार घेतली - (२ मार्च १६६०). या वेळी खुद्द महाराजांजवळ फौज होती फक्त आठ हजार. अर्थात ही सर्वच फौज महाराजांनी पन्हाळ्यावर ठेवली नसणार हे उघड आहे. चालून येणाऱ्या शत्रूवर गनिमीकाव्याने हल्ले करण्यासाठी फौजेस नेमून ते मोजक्या शिबंदीनिशी पन्हाळ्यावर बंदोबस्तात राहिले. एवढ्यात जोहर आपल्या फौजेनिशी गडाच्या पायथ्याशी येऊन थडकला आणि त्याने लगेच वेढा सुरू केला.

नेमके याच वेळी महाराजांवर दुसरे संकट आले; ते म्हणजे औरंगजेब बादशहाने आपला दक्षिणेचा सरसुभेदार शाहिस्तेखान यास एक लाख फौज (त्यात ७७ हजार घोडदळ), प्रचंड तोफखाना, खजिना व इतर साधनसामग्री यासह धाडून हिंदवी स्वराज्याच्या उत्तर भागात मराठ्यांच्या उदयोन्मुख सत्तेस चिरडून टाकण्याची मोहीम सुरू केली. खानाने पुण्याच्या प्रदेशात घुसून मराठी खेड्यांची धूळधाण करण्यास सुरुवात केली होती. सारांश, एकाच वेळी दक्षिणेच्या बाजूने सिद्दी जोहर व उत्तरेच्या बाजूने शाहिस्तेखान अशा दोन मातब्बर शत्रूंच्या कैचीत महाराज सापडले.

सिद्दी जोहरच्या वेढ्याला तोंड देण्यासाठी महाराज जातीने पन्हाळ्यावर थांबले होते. तशी त्यांना आवश्यकता भासली असावी. हा वेढा आपण रुस्तुम झमानच्या वेढ्याप्रमाणे मारून काढू, असा आत्मविश्वास त्यांच्या ठिकाणी असावा. एरवी त्यांनी या वेढ्यात अडकून पडण्याचा धोका सहजासहजी स्वीकारला नसता. तथापि, त्यांचा होरा चुकला. जोहर म्हणजे रुस्तुम झमान अथवा फाजलखान नव्हता. तो मोठा कसलेला बुद्धिमान सेनानी होता. त्याने वेढा असा कडक केला, की जणू मुंगीलाही आत शिरायला वाट मिळू नये! गडाच्या बाहेर असणारी महाराजांची फौज हा वेढा उधळून लावू शकली नव्हती. जोहरने पन्हाळ्याच्या पायथ्याहून पाय काढता घ्यावा, म्हणून सेनापती नेताजी पालकरने विजापूरपर्यंत मोहीम काढून दबावतंत्राचा वापर केला; पण जोहर काही जाग्यावरून हलला नाही. परिणामी, महाराजांची पन्हाळ्यावर जबरदस्त कोंडी झाली. काही हालचालच करता न येण्यासारखी स्थिती झाली.

दिवसांमागून दिवस जाऊ लागले. वेढा जारी झाल्यापासून चार महिने उलटून गेले. उन्हाळा संपून पावसाळाही सुरू झाला. पन्हाळा-विशाळगड म्हणजे सह्याद्रीचा पूर्वेचा पर्वतमय प्रदेश. या ठिकाणचा पावसाळा तसाच जबरदस्त. अशा पावसाळ्यात वेढा चालू ठेवणे म्हणजे मोठी दुर्धर गोष्ट होती; पण जोहर मोठा चिवट व जिद्दीचा सरदार होता. सैनिकांच्या चौक्यांना छपरे घालून उभ्या पावसात त्याने नेटाने वेढा जारी ठेवला. परिणामी, महाराजांची पन्हाळ्यावर अवस्था बिकट बनत चालली. उत्तरेकडील शाहिस्तेखानाच्या स्वारीने तिच्यात अधिक भर टाकली होती. मोगल व आदिलशहा या दोन सत्तांच्या तडाख्यातून शिवाजीराजा आता वाचू शकत नाही, अशीच भावना सर्वत्र पसरली. त्यामुळेच राजापूरचे इंग्रज व्यापारी आपला तोफखाना व दारूगोळा घेऊन पन्हाळ्याच्या पायथ्याशी जोहरच्या लष्करात हजर झाले होते. तसेच दक्षिण कोकणातील कुडाळचे सावंत, आचऱ्याचे जहागिरदार व इतर लाचार वतनदार या सर्वांनी जोहरशी म्हणूनच सहकार्य आरंभिले होते.

महाराज वेढ्यातून निसटले

जिथे शक्ती कमी पडली, तिथे महाराजांनी युक्तीचा अवलंब केल्याची अनेक उदाहरणे शिवचरित्रात आहेत. शिवचरित्रातील पराक्रमाचा महिमा 'शक्ती' पेक्षा 'युक्ती' तच आहे! जोहरच्या जबरदस्त वेढ्यातून निसटण्याची युक्ती महाराजांनी शोधून काढली. त्याच्या गोटात आपला वकील पाठवून महाराजांनी वाटाघाटीचा प्रस्ताव त्याच्यासमोर मांडला. आदिलशहा आपले गुन्हे माफ करीत असेल, तर आपण जिंकून घेतलेला सर्व मुलूख गडकोटांसह परत देऊ, असा सढळ प्रस्ताव त्यांनी वकिलामार्फत जोहरकडे पाठविला. शिवाजीराजाचा वकील जोहरच्या गोटात आला असून, शरणागतीची बोलणी चालू आहेत, ही वार्ता वाऱ्यासारखी वेढा घालून बसलेल्या सैन्यात पसरली. कित्येक महिने वेढा चालविणाऱ्या आदिलशाही सैन्यात या वार्तेने किती उत्साह पसरला असेल, याची आपण कल्पना करू शकतो. शत्रूच्या गोटातील हा उत्साहच त्याच्या ठिकाणी गाफीलपणा निर्माण करतो, अशी महाराजांची अटकळ होती व ती खरी ठरली.

दुसरे दिवशी रात्री मुसळधार पाऊस पडत असता शिवाजी महाराज आपल्या ५००/६०० निवडक सैनिकांनिशी पन्हाळ्यावरून शत्रूस उमज पडू न देता निसटले! हेरांनी पूर्वीच शोधून काढलेल्या बिकट डोंगरी मार्गाने ते काही अंतर कापून पुढे जातात तोच शत्रू सावध झाला. महाराज किल्ल्यावरून निसटल्याची वार्ता जोहरास समजताच त्याने आपला विश्वासू सहाय्यक सिद्दी मसूद यास त्वरेने त्यांच्या पाठलागावर धाडले. मसूदने त्या अंधारी पावसाळी रात्रीही दौड करून महाराजांना विशाळगडाच्या पायथ्याशी असणाऱ्या खिंडीजवळ गाठले; तेव्हा या पाठलाग करणाऱ्या शत्रूस थोपविण्याची कामगिरी महाराजांनी बाजीप्रभू देशपांडे व त्यांच्या सहकाऱ्यांना सांगून ते पुढे विशाळगडावर निसटले. मागे खिंडीत बाजीप्रभू व त्यांच्या सहकाऱ्यांनी आपल्या पराक्रमाची शर्थ करून महाराज विशाळगडावर पोहोचेपर्यंत शत्रूस थोपवून धरले. या समर प्रसंगात बाजी, त्याचा बंधू फुलाजी व इतर अनेक जण धारातीर्थी पडले. त्यांनी आपल्या प्राणांचे मोल देऊन हिंदवी स्वराज्याच्या निर्मात्याचे प्राण वाचविले!

शिवचरित्रातील ही मोठी थरारक घटना आहे. तथापि, ती समग्र सांगण्याचा या लेखाचा हेतू नसल्याने थोडक्यात ती वर मांडली आहे. प्रस्तुत ठिकाणी बाजी प्रभू देशपांड्यांप्रमाणेच शिवछत्रपतींसाठी आत्मबलिदान करण्याऱ्या दुसऱ्या एका मराठा वीराच्या कथेचा शोध घ्यायचा आहे. हा वीर पुरुष म्हणजे पन्हाळगडचा शिवा काशीद! बखरींनी व इतिहासकारांनी जोहरच्या वेढ्यातील बाजीप्रभू देशपांड्यांची कामगिरी प्रकाशमान केली आहे; पण हा पन्हाळगडचा शिवा काशीद मात्र अद्यापि

उपेक्षित राहिला आहे! मराठी राजासाठी आपल्या जिवाची कुर्बानी करणाऱ्या या मराठमोळ्या माणसाची मुलखावेगळी कहाणी मात्र इतिहासाच्या गुहेत लपून राहिली आहे.

पन्हाळगडच्या शिवा काशिदची (लोक) कथा

पन्हाळगडच्या परिसरातील मुलखात शिवा काशीदची लोककथा गेली तीनशेहून अधिक वर्षे, पिढ्यान्‌पिढ्या सांगितली गेली आहे. कोण होता हा शिवा काशीद...?

पन्हाळ्याच्या पायथ्याशी, पूर्व बाजूवर, नेबापूर गाव आजही आहे. शिवा काशीद हा त्या गावचा न्हावी. नाभिक समाजातील मंडळी जात्याच चतुर, बहुश्रुत व बातम्या काढण्यात तरबेज मानली जात. शिवा काशीद तर या कलेत भलताच निपुण होता. महाराजांनी पहिल्यांदा पन्हाळा जिंकून घेतला आणि त्याच वेळी शिवा न्हावी त्यांच्या नजरेत आला. महाराजांनी त्याच्या अंगचे गुण पाहून त्याची हेरखात्यात नेमणूक केली.

लवकरच पन्हाळगडास सिद्दी जोहरचा वेढा पडला. सर्व बाजूंनी वाटा रोखल्या गेल्या. गड जेर झाला. महाराज मोठ्या संकटात सापडले. जोहरला कसा चकवा द्यावा, याचा मनाशी महाराज विचार करू लागले. विचारमग्न असतानाच त्यांना एक युक्ती सुचली. युक्ती नामी होती. कारभाऱ्यांशी सल्लामसलत होऊन एक मसलत उभी राहिली. जोहरशी शरणागतीच्या वाटाघाटी सुरू करून शत्रूस गाफील करायचे... अन् रात्रीच्या अंधारात पन्हाळगडावरून निसटून विशाळगडाकडे जायचे... पण त्याच वेळी शिवाजीराजाचे सोंग घेऊन कुणास तरी पालखीत बसवून नेहमीच्या वाटेने पाठवायचे! शिवाजीराजा निसटून जाण्याच्या वेळी शत्रू सावध होऊन पाठलागास आला, तर नेहमीच्या वाटेने जाणारी पालखी त्याच्या नजरेस पडणार... अन् ती पकडली जाणार. पालखी पकडली गेली तर शत्रू चकणार होता... काही काळ तरी शिवाजीराजा पकडल्याच्या भ्रमात शत्रू राहणार होता... दरम्यान शिवाजीराजा वेढा पार होऊन विशाळगडाकडे पसार होणार होता.

मसलत ठरली खरी, पण खरी अडचण होती ती राजाचे सोंग द्यायचे कोणाला! गडावरील सेवकांत महाराजांची नजर शोध घेऊ लागली. महाराजांना हवा होता एक धाडसी, हरहुन्नरी, हुशार, संभाषण कलेत चतुर व अभिनय कलेत तरबेज सेवक! आणि त्याहून महत्त्वाचे म्हणजे त्यांच्या रूपाचा व त्यांच्या अंगकाठीचा सेवक!... सोंग घेतले तर खरा शिवाजीराजा वाटावा!

अशा 'शिवाजीराजा'चा शोध चालू झाला आणि महाराजांची नजर आपल्याच सेवेत असलेल्या शिवा काशीदवर खिळली. शिवा नावानेच नव्हे, तर रूपाने व अंगकाठीनेही 'शिवाजीराजा' स शोभणारा वाटला. याला शिवाजीराजा केले, तर शत्रू

हमखास चकेल याची खात्री महाराजांना वाटली... तेव्हा त्याला एकांती बोलावणे गेले. मसलत सांगितली गेली. धोके समोर मांडले गेले. वेळ आली, तर मृत्यूला कवटाळणारा शिवा महाराजांना हवा होता... तो त्यांना मिळाला. शिवा काशीदने आनंदाने व उत्स्फूर्तपणे साथ दिली. मराठी राजासाठी मृत्यूशी झुंज द्यायला तो तयार झाला.

आषाढाचे दिवस. पन्हाळ्याचा मुसळधार पाऊस, काळाकुट्ट अंधार व अवघड निसरड्या डोंगर वाटा. अशा परिस्थितीत रात्रीचा एक प्रहर उलटून गेल्यावर पन्हाळ्याच्या दिंडी दरवाज्यातून दोन पालख्या बाहेर पडल्या... दोन पालख्यांत दोन शिवाजीराजे... एकीत खरा तर दुसरीत खोटा, शिवाजीराजांचे सोंग घेतलेला. दोन्ही पालख्यांबरोबर सशस्त्र सैनिकांचा लवाजमा गडाबाहेर पडताच खऱ्या शिवाजीराजाची पालखी आडवाटेस लागली, तर खोट्या शिवाजीराजाची पालखी नेहमीच्या रस्त्याने पुढे जाऊ लागली!

सर्वत्र गडद अंधार, त्यातच धुवाधार पाऊस कोसळत होता; पण त्याही परिस्थितीत गडाच्या बाहेर पडणाऱ्या वाटांवरील चौक्या जाग्या होत्या... वाटांवर लक्ष ठेवून होत्या. एक पालखी अंधारातून पुढेपुढे सरकताना त्यांना दिसली आणि सावजावर झडप टाकावी तशी चौकीमधल्या शत्रू सैनिकांनी तिला घेरले... शत्रूच्या हातावर तुरी देऊन निसटणाऱ्या 'शिवाजीराजास' त्यांनी पकडले होते! आनंदाच्या या बेहोषीतच त्यांनी 'राजास' त्याच्या पालखीसह जोहरच्या गोटात आणले व त्याच्यासमोर उभे केले.

जोहरच्या छावणीत आनंदीआनंद पसरला. खासा शिवाजीराजाच हाती आल्याने आदिलशाही मोहिमेची फत्ते झाली होती! अफझलखानास ठार करणारा, रुस्तुम झमानास पळवून लावणारा खुद्द राजा शिवाजी जोहरसमोर उभा होता... राजाला शोभेल अशा ढंगाने... बोलण्या-चालण्यातील अदाकारी अशी की खरा शिवाजीराजाच वाटावा! शिवा काशीदने सोंग हुबेहूब वठविले होते!... पण हे नाटक फार वेळ चालले नाही. जोहरच्या गोटातही चाणाक्ष माणसे होती. रुस्तुम झमानसारखे प्रत्यक्ष शिवाजी महाराजांकडून मार खाऊन पळालेले अधिकारीही होते. त्यापैकी कुणालातरी संशय आला. हा खरा शिवाजीराजा नसावा. संशय बळावत गेला आणि मग कसून चौकशी सुरू झाली... शिवा काशीदचे सोंग उघडे पडले!

क्षणार्धात जोहरच्या छावणीतील वातावरण बदलून गेले. आनंद व उत्साह यांची जागा निराशा व संताप यांनी घेतली. शिवाजीराजाचा ठावठिकाणा शोधून काढण्यासाठी शिवा काशीदला मारहाण सुरू झाली; पण तो शत्रूस काहीच माहिती द्यायला तयार नव्हता. जो मृत्यूला भीत नव्हता, तो जोहरच्या सैनिकांस काय घाबरणार! शेवटी शिवास एका खांबास बांधले गेले. भालाईत सैनिकांचे कडे

भोवताली तयार केले गेले. जोहरने शिवास निर्वाणीचा इशारा देऊन पाहिला; पण शिवा काशीद शिवाजीराजाविषयी ब्र शब्दही काढावयास तयार नव्हता... अखेर जोहरने हुकूम दिला... शिवा काशीदचा शेवट करण्याचा हुकूम... त्यासरशी जोहरच्या सैनिकांपैकी एकाने पुढे होऊन शिवाच्या छातीत भाला मारला! खांबाशी बांधलेला शिवा प्राणांतिक जखमी होऊन खाली घसरत बसला आणि जीव जाण्यापूर्वी उद्‌गारला...

"मी शिवाजीराजाचे सोंग घेतले... पण हा सोंग घेतलेला शिवाजीराजासुद्धा मरताना शत्रूस पाठ दाखविणार नाही. मग खऱ्या शिवाजीराजाची गोष्टच सोडा...!!"

लोककथेस जेव्हा ऐतिहासिक आधार मिळतो...

शिवा काशीदच्या निस्सीम स्वामीनिष्ठेची व शौर्याची ही लोककथा पन्हाळगडावर व गडाच्या पायथ्याशी वसलेल्या वाडी-कसब्यांतून अद्यापि दरवळत आहे. लोककथांना सर्वच ठिकाणी ऐतिहासिक पुराव्याचे पाठबळ मिळतेच असे नाही; नव्हे तसे ते नसल्यामुळे त्यांना 'लोककथा' म्हटले जाते; पण जेव्हा एखादा ऐतिहासिक कागदपत्राचा पुरावा लोककथेला सिद्ध करावयास पुढे येतो, तेव्हा तिचे स्वरूप केवळ 'लोककथा' असे न राहता ती ऐतिहासिकतेचा बाज धारण करून 'ऐतिहासिक कथा' बनते! शिवा काशीदच्या 'लोककथे' विषयी असेच घडलेले आहे. तिला भक्कम ऐतिहासिक आधार मिळालेला आहे आणि तोही तत्कालीन कागदपत्रातील!

शिवकालात कोकणपट्टीवर अनेक युरोपियन व्यापाऱ्यांच्या वखारी होत्या, हे आपणास माहीत आहेच. अशीच एक डचांची वखार वेंगुर्ल्यात होती. हे वखारवाले आपल्या परिसरातील घडामोडींचे वृतान्त काही कालाच्या अंतराने मायदेशी पाठवीत असत. असाच एक वृतान्त त्यांनी हेग येथील आपल्या वरिष्ठांना दिनांक ५ सप्टेंबर १६६० रोजी वेंगुर्ल्याहून पाठविला आहे. शिवा काशीदच्या बलिदानाची घटना १२ जुलै १६६० रोजी घडून आली व त्यानंतर अवघ्या ५४ दिवसांनी वेंगुर्लेकरांनी हा रिपोर्ट पाठविला आहे. त्यातही महत्त्वाचे म्हणजे त्यांनी पाठविलेला हा रिपोर्ट पन्हाळ्याच्या पायथ्याशी वेढा घालून बसलेल्या जोहरच्या सैन्यातील एका बातमीदाराने कृष्णा वेला नावाच्या व्यापाऱ्याकडे पाठविलेल्या पत्रावर आधारित आहे. कृष्णा वेलाचे ते पत्र दिनांक ४ ऑगस्ट १६६० रोजी म्हणजे शिवा काशीदच्या घटनेनंतर अवघ्या तीन आठवड्यांनी लिहिलेले आहे. वेंगुर्लेकर डचांच्या मूळ रिपोर्टमधील शिवाजी महाराजांच्या पन्हाळ्यावरून सुटकेविषयीचा मजकूर असा आहे :

"ऑगस्ट महिन्याच्या ४ तारखेस कृष्णा वैला या व्यापाऱ्याकडे पन्हाळ्याखालील सैन्यातून एक पत्र आले आहे. त्यात लिहिले आहे की, 'बंडखोर शिवाजीने आपला गंगाधर नावाचा एक वकील विजापुरी सेनापती सलाबतखान (जोहर)

याजकडे पाठवून मागणी केली की, आपण केलेले सर्व मोठे गुन्हे जर माफ होतील व सलाबतखान कोणत्याही संकटापासून वडिलपणे आपले संरक्षण करील, तर आपण जातीने खानास भेटू व आपली सर्व मालमत्ता बादशहाच्या नावाने त्याच्या स्वाधीन करू. त्याच पत्री आणखी असेही लिहिलेले आहे की, दुसऱ्या दिवशी रात्री चंद्र दिसत नसता (When the moon was dark) मुसळधार पाऊस व वादळ सुरू असता हा बंडखोर शिवाजी आपल्याबरोबर १००० शिपाई, १५ उमदे घोडे, २ पालख्या व काही खजिना घेऊन पळाला. ही बातमी थोड्याच काळात (वेढा घालून बसलेल्या) विजापूरच्या सैन्यात पसरली. त्याबरोबर उद्विग्न झालेल्या सलाबतखानाने ताबडतोब २००० स्वार व १००० पायदळ शिवाजीला गाठण्यासाठी पाठविले. हेराकडून ही बातमी ज्या वेळी शिवाजीस समजली, तेव्हा तो एकदम खेळणा नावाच्या आपल्या एका किल्ल्याकडे गेला. (त्या वेळी) त्याने आपल्या जवळचे लोक रस्त्यावरील दाट झाडीत ठेविले व पाठलाग करणाऱ्या शत्रूस त्या रस्त्याने येऊ न देण्याविषयी त्यांना आज्ञा केली. एवढेच नव्हे, तर शक्य असल्यास शत्रूस तोंड देऊन पराभूत करण्यासही सांगितले. शिवाजीच्या हुकमाप्रमाणे त्याच्या सैनिकांनी शत्रूवर शौर्याने जोराचा हल्ला चढविला. आपली विशेष हानी होऊ न देता शत्रुसैन्याच्या बऱ्याच मोठ्या भागाचा नि:पात केला. शिवाजीच्या सैनिकांनी काहींना कैद केले व बाकीच्यास पळावयास लाविले; आणि धैर्याने त्यांचा त्यांनी पाठलागही केला. नंतर सलाबतखानाच्या काही लोकांनी (दुसऱ्या तुकडीने) आपल्या ताब्यातील दुसऱ्या एका मार्गाने जाऊन लढाई केली, जय मिळविला व काही लूटही मिळविली. त्यामुळे बंडखोरांनी पळ काढला.''

''तेव्हा – याच वेळी शिवाजीने आपल्या सैन्याचे दोन भाग केले व स्वत:च्या बचावाकरिता एका पालखीत शिवाजी नावाच्या आपल्या एका न्हाव्यास बसवून ती पालखी नेहमीच्या लवाजम्यासह नेहमीच्या रस्त्याने पाठविली आणि स्वत: दुसऱ्या पालखीत बसून दुसऱ्या जास्त अवघड रस्त्याने निघाला. शत्रूने पहिली पालखी चांदण्यात (दिवट्यांच्या प्रकाशात?) सहज पकडली व गोटात आणली. यामुळे सर्वत्र शिवाजीस सलाबतखानाने (जोहर) कैद केल्याची बातमी पसरली. बादशहाच्या बाजूकडील लोकास अत्यानंद झाला. पण ज्या वेळी शिवाजीचा कावा लक्षात आला त्या वेळी सर्वांचा आनंद नाहीसा झाला...''

वेंगुर्लेकर डचांच्या उपरोक्त रिपोर्टवरून पुढील काही बाबी स्पष्ट होतात...

१. शिवाजी महाराजांनी सिद्दी जोहरशी वाटाघाटी करण्यासाठी गंगाधर नावाचा आपला वकील त्याच्या गोटात पाठविला.

२. या शरणागतीच्या वाटाघाटी चालू असतानाच महाराज दुसरे दिवशी पन्हाळ्यावरून एक हजार सैन्यानिशी निसटले. (अर्थात पन्हाळ्यावरून निघताना

एवढे सैन्य नसेल. मार्गात ठिकठिकाणी सैनिकांच्या तुकड्या त्यांनी तैनात केल्या असाव्यात.)

३. महाराज पन्हाळगडाहून निघाले, तेव्हा मुसळधार पाऊस व वादळ चालू होते.

४. जोहरने पाठलागास पाठविलेल्या पहिल्या तुकडीचा महाराजांच्या सैन्याने जबरदस्त पराभव केला व तिला पळवून लावले.

५. जोहरच्या दुसऱ्या तुकडीने मात्र मराठ्यांवर जय मिळविला. (बाजी प्रभू देशपांड्यांशी विशाळगडच्या पायथ्याशी खिंडीत जे जोहरचे सैन्य लढले ती ही तुकडी असावी).

६. जोहरास महाराज निसटल्याची बातमी लागल्यावरच, म्हणजे महाराजांचा पाठलाग सुरू झाल्यावरच शिवा काशीदचे नाट्य घडून आले. महाराजांनी 'शिवा' जी नावाच्या आपल्या न्हाव्यास दुसऱ्या पालखीत बसवून व ''ती पालखी नेहमीच्या लवाजम्यासह नेहमीच्या रस्त्याने'' पाठविल्याचे व शत्रूने ती सहज पकडल्याचे रिपोर्ट सांगतो. शिवा न्हाव्याचा – काशीदचा – इतका स्पष्ट व नि:संदिग्ध उल्लेख आल्याने या घटनेच्या सत्यतेविषयी शंका उरत नाही.

शिवा काशीदच्या समाधीचा शोध

आमचे ज्येष्ठ स्नेही व पन्हाळगडावर एखाद्या तपस्व्याप्रमाणे इतिहास संशोधनाचे व्रत चालविणाऱ्या मु. गो. गुळवणी यांनी या शिवा लोककथेचा शोध घेत असता एक अत्यंत महत्त्वाचा पुरावा उजेडात आणला आहे; आणि तो म्हणजे खुद्द शिवा काशीदच्या समाधीचा शोध. पन्हाळ्याचा पूर्वेकडील पूर्वीच्या 'चार दरवाज्यासमोर पायथ्याशीच शिवा काशीदची समाधी आहे. आपल्या एका लेखात गुळवणी लिहितात, ''राजे पन्हाळगडावरून गेले हे वृत्त सिद्दी जोहरास समजताच त्याने नेबापूर, आवटी हा भाग आपल्या ताब्यात घेऊन तेथेच आपला तळ देऊन त्याने पन्हाळा काबीज करण्याचा आटोकाट प्रयत्न केला असणार हे नि:संशय. शिवाजीस पकडून गोटात आणले म्हणजे या वाड्यात आणले व तेथेच त्याची कसून चौकशी झाली व तो खरा शिवाजी नाही, हे जेव्हा समजले, तेव्हाच अखेर त्यास भाल्याने भोसकून ठार मारले... नंतर त्याचे शव जवळच असलेल्या जंगलात विल्हे केले. आज तेथे शिवाची समाधी आहे. तो भाग पूर्वी संपूर्ण जंगलाचा होता... ही समाधी एका मोठ्या जांभ्या दगडावर तो व्यवस्थित फोडून त्या बैठकीवर एकावर एक अशी दोन दगडे ठेवून बांधलेली आहे. तिची लांबी, रुंदी, उंची २॥ × २॥ × ३ फूट आहे. या समाधीवर नाव कोरले आहे. 'शिवा का.' यावरून ही समाधी शिवा काशीदचीच याविषयी संशयास जागा नाही.''

शिवा काशीदच्या कथेचा अन्वयार्थ

शिवा काशीदची कथा पाहिल्यावर शिवचरित्रामधील अनेक वीरांचे स्मरण झाल्याशिवाय राहत नाही. शिवछत्रपतींनी हिंदवी स्वराज्याचा जो अभिनव उद्योग आरंभिला होता, त्यामुळे महाराष्ट्रातील बाजीप्रभू, तानाजी मालुसरे, मुरारजी देशपांडे यांसारखी अनेक सामान्य माणसे कशी भारावून गेली होती व त्यांनी हिंदवी स्वराज्यावरील प्रेमाने प्रसंगी खुशीने कसे हौतात्म्य पत्करले, याची अनेक उदाहरणे शिवचरित्रात अनेक ठिकाणी विखुरलेली आहेत. त्यांच्या हौतात्म्यानेच ही सामान्य घरातील सामान्य माणसे असामान्य बनून गेली. शिवा काशीदही असाच पन्हाळ्याच्या पायथ्याशी असणारा एक सामान्य न्हावी होता; पण शिवाजीराजासाठी त्याने आपल्या प्राणाचे मोल देऊन या असामान्य व्यक्तींच्या मालिकेत आपले स्थान मिळविले;

पण शिवा काशीदच्या कथेचा अन्वयार्थ आमच्या मते केवळ एवढाच नाही. शिवशाहीतील या घटनेतून महाराजांच्या व्यक्तिमत्त्वाचा व कार्याचा एक महत्त्वाचा पैलू प्रकाशात येतो आहे, असे आम्हास वाटते. तो असा की... महाराजांनी १० नोव्हेंबर १६५९ रोजी अफझलखानास प्रतापगडाच्या पायथ्याशी ठार केलं आणि अवघ्या १८ दिवसांत पुढे आक्रमण करून त्यांनी पन्हाळा जिंकला; याचा सरळ अर्थ जावळी प्रतापगडापर्यंत आलेल्या हिंदवी स्वराज्याच्या सीमा अवघ्या १८ दिवसांत पन्हाळा, कोल्हापूरपर्यंत विस्तारल्या! तोपर्यंत म्हणजे नोव्हेंबर १६५९ पर्यंत या प्रदेशातील प्रजाजनांचा महाराजांशी प्रत्यक्ष संबंध आलेला नाही; जो संबंध प्रस्थापित झाला तो प्रत्यक्ष पन्हाळा - विशाळगड जिंकून हिंदवी स्वराज्यात सामील केल्यावर. शिवा काशीदची कथा घडली ती जुलै १६६०मध्ये; म्हणजे अवघ्या सात-आठ महिन्यांनी; या छोट्या कालखंडात महाराजांनी पन्हाळ प्रांतीच्या मराठ्यांना अशा कोणत्या जादूने आपलेसे केले होते, की पन्हाळगडचा सामान्य शिवा न्हावीसुद्धा त्यांच्या जिवासाठी स्वत:च्या जिवाची कुर्बानी करावयास तयार व्हावा! शिवा हा काही मावळ प्रांतीचा जेधे/बादल यांच्यासारखा पिढीजात वतनदार नाही, अथवा शहाजीराजे/शिवाजीराजे यांच्या सेवेत असणारा दादोजी कोंडदेव यांच्यासारखा पिढीजात सेवकही नाही! तो आहे एक सामान्य न्हावी. महाराजांनी पन्हाळा जिंकल्यानंतर त्यांच्या सेवेत गेलेला. तरीही तो हसतमुखाने महाराजांसाठी मरायला तयार होतो, ही घटना कोणाही अभ्यासकाला अंतर्मुख करावयास लावणारी आहे.

आम्हास असे वाटते की, महाराजांच्या व्यक्तिमत्त्वाची छापच अशी विलक्षण असावी, की त्या व्यक्तिमत्त्वाने भारावून जाऊन महाराष्ट्रातील घराघरांतून अशी शेकडो माणसे तळहातावर शिर घेऊन महाराजांसाठी मरावयास तयार झाली. या

ठिकाणी सुप्रसिद्ध शिवचरित्रकार पं. सेतुमाधवराव पगडी यांच्या एका उद्‌गाराची आठवण होते. त्यांनी म्हटले आहे – "जिथे महाराजांचा घाम पडला, तेथे लोकांनी आपले रक्तही सांडले आहे!" शिवा काशीद हा अशा रक्त सांडणाऱ्या लोकांपैकी एक होता;

पण केवळ महाराजांचे विलक्षण व्यक्तिमत्त्व अशा प्रकारची जादू करू शकणार नव्हते. या व्यक्तिमत्त्वास उदात्त ध्येयाची जोड दिली गेली होती, हे आपण ध्यानी घेतले पाहिजे. महाराजांचे व्यक्तिमत्त्व ज्या कार्यातून पुढे आले होते, ते कार्यही तेवढेच विलक्षण होते, भव्यदिव्य होते! महाराष्ट्रातील अवघ्या मराठ्यांस एक विचारे मेळवून, स्वातंत्र्यलालसेने भारावून पूर्वी कधी अनुभवलेला नव्हता असा 'स्वराज्या'चा प्रयोग महाराजांनी सुरू केला होता. प्रारंभी हा प्रयोग पुणे प्रांती राजगड-सिंहगड परिसरात व नंतर जावळी प्रांती प्रतापगड-रायगड परिसरात चालू असला, तरी त्याच्या वार्ता महाराष्ट्राच्या कानाकोपऱ्यात पसरून सर्व मराठी समाज एका नव्या आकांक्षेने, उर्मीने थरारून उठत होता; स्वातंत्र्याच्या अनोख्या भावनेने उस्फूर्तपणे महाराजांच्या या प्रयोगात तो सामील होऊ इच्छित होता.

शिवा काशीदने महाराजांना त्यांनी पन्हाळा जिंकेपर्यंत पाहिलेही नव्हते; पण पन्हाळा जिंकण्यापूर्वीच शिवा काशीदसारख्या सामान्य मराठ्यांची मने महाराजांनी जिंकली होती. महाराजांच्या उदात्त ध्येयाच्या प्रकटनाने व त्यासाठी त्यांनी केलेल्या पराक्रमाच्या कथांनी शिवा भारावून गेला होता. त्याच्या मन:पटलावर महाराजांची एक लोकविलक्षण अशी प्रतिमा उमटली गेली होती; आणि म्हणूनच महाराज त्या काळी हिंदवी स्वराज्याचा डाव मांडीत पुढे पुढे येत असता असे अनेक 'शिवा काशीद' त्यांना परगणा-परगण्यातून भेटत होते! आपल्या बलिदानाने प्रतिपदेच्या चंद्राप्रमाणे वर्धिष्णू होणाऱ्या स्वराज्याचा मार्ग ते तयार करीत होते. म्हणूनच शिवा काशीदचे बलिदान हे केवळ एका स्वामिनिष्ठ सेवकाचे बलिदान नाही; ते आहे एका सामान्यातील असामान्य व्यक्तीचे, एका भव्यदिव्य स्वप्नाच्या पूर्तीसाठी केलेले, आत्मसमर्पण! आणि मग शिवा काशीदची ही कथा शिवचरित्रातीत केवळ एक ऐतिहासिक कथा ठरत नाही, तर शिवछत्रपतींच्या कार्यामागील, त्यांच्या यशामागील, रहस्याचा भेद घेणारी घटना ठरते!

संदर्भ

१. शिवकालीन पत्रसार-संग्रह, खं. १, पृ. १९४-१९५
२. ऐतिहासिक मौलिक संशोधन, पृ. ४-५

शिवछत्रपती आणि युवराज संभाजीराजे

शककर्ते छत्रपती शिवाजी महाराजांनी दक्षिणेत मराठ्यांचे 'हिंदवी स्वराज्य' स्थापन केले. या राज्याचे पहिले युवराज, मऱ्हाट देशीचा पहिला राजपुत्र, संभाजीराजे पुढे मराठ्यांचे दुसरे छत्रपती म्हणून राज्यावर आले. शिवछत्रपती हयात असतानाही 'युवराज' म्हणून आणि गादीवर आल्यावर 'छत्रपती' म्हणून संभाजीराजांची कारकीर्द मोठी वादळी ठरली. संघर्ष हा त्यांच्या वैयक्तिक व राजकीय जीवनाचा स्थायिभाव ठरला. त्यांच्या हयातीतही अनेक वाद उपस्थित झाले. एवढेच नव्हे, तर त्यांच्या मृत्यूनंतरही त्यांच्याबद्दल वाद उपस्थित केले गेले. त्यांच्याबद्दल बहुधा प्रतिकूलच लिहिले गेले. प्रतिपादले गेले. त्यांच्या मृत्यूनंतर जे सत्तांतर झाले, त्या कालखंडात त्यांची बाजू समर्थपणे मांडणारा असा कोणी राहिलाच नाही. त्यांच्याशी शत्रुत्व करणाऱ्या स्वकीयांनीही ' मरणान्तानि वैराणि' हे साधे नीतितत्त्वही पाळले नाही.

संभाजीराजांची शोकांतिका

मराठ्यांच्या संपूर्ण इतिहासाकडे धावता दृष्टिक्षेप टाकला तरी हे सहजी लक्षात येते की, एक शिवछत्रपतींचा अपवाद सोडल्यास छत्रपती संभाजी महाराजांइतका पराक्रमी, शूर व तेजस्वी व्यक्तित्व असलेला अन्य कुणी पुरुष सबंध छत्रपतींच्या घराण्यात झालेला नाही! संभाजी महाराजांच्या टीकाकारांचेही याबद्दल दुमत असण्याचे कारण नाही. छत्रपती घराण्यात संभाजी महाराजांनंतर राजाराम महाराज, शाहू महाराज (सातारा) आणि संभाजी महाराज (करवीर) असे तीन नाव घेण्यासारखे राज्यकर्ते होऊन गेले; पण पराक्रम, शौर्य, धाडसी व स्वाभिमानी वृत्ती इत्यादी गुणांच्या संदर्भात यापैकी कुणी संभाजी महाराजांची उंची गाठू शकत नाही.

मजेची गोष्ट अशी की, ज्यास कधी 'शिवाजी' समजलाच नाही; ज्याने हाती तलवार घेऊन रणांगणावर कधी शूरत्व प्रकट केलेच नाही; ज्याने मोगलांच्या ताबेदारीतच जीवनाची इतिकर्तव्यता मानली आणि ज्याने आपल्या कारकिर्दीचा

शुभारंभच मुळी मराठ्यांचा कट्टर शत्रू औरंगजेब बादशहा याच्या खुल्दाबाद येथील समाधीच्या दर्शनाने केली, त्या संभाजीपुत्र शाहू महाराजांकडे इतिहासकारांनी क्षमाशील बुद्धीने पाहून त्यास 'पुण्यश्लोक' बनवावे आणि ज्याने शिवछत्रपतींच्या हिंदवी स्वराज्याच्या रक्षणासाठी मोगल बादशहा, सिद्दी, पोर्तुगीज इत्यादी शत्रूंशी आमरण कठोर संघर्ष केला; जीवनाच्या अंतिम क्षणी असह्य यातना दिल्या जात असताही ज्याने बादशहासमोर शरणागतीचा विचारही आपल्या मनाला स्पर्श होऊ दिला नाही आणि ज्याने शत्रूशी सुरू असलेल्या संघर्षात प्राणाची आहुती दिली, त्या शिवपुत्र संभाजी महाराजांस मात्र इतिहासकारांनी 'दुर्वर्तनी व राज्यबुडवा राजा' ठरवावे, यासारखी मराठी इतिहासाच्या क्षेत्रातील अन्य दुर्दैवी गोष्ट कोणती असू शकेल? संभाजी महाराजांच्या कारकिर्दीचा शोकान्त तर झालाच, पण इतिहासकारांनीही त्यांच्या कारकिर्दीची अशी शोकान्तिका बनवली!

संभाजी महाराजांविषयी अद्यापि समज-गैरसमजच अधिक

वा. सी. बेंद्रे आणि डॉ. कमल गोखले यांच्या चरित्रग्रंथांनी महाराष्ट्राला 'नव्या संभाजी' चे दर्शन घडविले खरे; पण जनसामान्यांत अद्यापिही संभाजी महाराजांविषयी, विशेषत: त्यांच्या युवराज कालखंडाविषयी, समज-गैरसमजच अधिक अस्तित्वात आहेत. सर्वसामान्य लोकांची गोष्ट बाजूला ठेवू; पण अद्यापि विद्वान मंडळीही समज-गैरसमजाच्या जंजाळातून बाहेर पडू शकलेली नाहीत, याचे एक उत्तम उदाहरण आम्ही पुढे देत आहोत. नुकताच डॉ. जी. एस. सूर्यवंशी या समाजशास्त्रीय अभ्यासकाचा 'धर्मनिरपेक्षता आणि राष्ट्रीय एकात्मता' या गंभीर विषयावर एक ग्रंथ प्रकाशित झाला आहे. त्यामध्ये शिवाजी महाराजांच्या नि:पक्षपाती न्यायदानाची कथा अशी सांगितली गेली आहे :

"गोदावरी नामक एका ब्राह्मणाच्या विधवा मुलीवर मोहित होऊन संभाजीने तिला पळवून नेऊन लिंगाणा किल्ल्यावर लपवून ठेवले. महाराजांना हे कळताच त्यांनी तिची सुटका केली. या गुन्ह्याबद्दल महाराजांनी संभाजीला तोफेच्या तोंडी देण्याची शिक्षा फर्माविली. अष्टप्रधान मंडळींनी मध्यस्थी करून आजचा हा युवराज उद्याचा आमचा राजा आहे, असे सांगून शिक्षा रद्द करून घेतली; पण ती माहेरी अगर सासरी जाईना. तिच्यावर भ्रष्ट होण्याचा प्रसंग आल्यामुळे ती सती गेली. संभाजीनेच तिची चिता पेटवली पाहिजे, अशी सती जाताना तिने अट घातली होती. त्याप्रमाणे संभाजीने तिची चिता पेटवली, अशी लोककथा सांगितली जाते. ती जिथे सती गेली त्याच ठिकाणी तिची महाराजांनी रायगडावर जी समाधी बांधली ती अद्यापिही तेथे आहे. शिवराज्यात गरिबापासून श्रीमंतापर्यंत, रावापासून रंकापर्यंत सर्वांनाच सारखा न्याय व शिक्षा दिली जात असे. नि:पक्षपाती न्याय, न्यायाबाबत

समानता हे तत्त्व वरील उदाहरणावरून दिसून येते.''१ शिवाजी महाराजांची न्यायप्रियता सिद्ध करण्यासाठी लेखकास संभाजीराजाची ही कथा अशी उपयोगी पडली. तेवढा त्या कथेचा उपयोग झाला. कथेची छाननी करण्याचे व नंतरच ती स्वीकारण्याचे प्रयोजन लेखकास वाटले नाही.

युवराज संभाजीराजांच्या चारित्र्याविषयी अशा प्रकारचे जे प्रवाद इतिहासात नमूद केले गेले की, ज्यामुळे त्यांची प्रतिमा ' स्त्रीलंपट व दुराचारी ' अशी बनविली गेली; त्या प्रवादांचे मूळ असलेल्या ऐतिहासिक साधनांची छाननी जशी व्हायला पाहिजे होती तशी झालेली नाही. अशी चारित्र्यहनन करणारी साधने केवळ पूर्वग्रहदूषित आहेत, म्हणून डावलून चालणार नाहीत. त्या साधनांचा बारकाईने शोध घेऊन त्यांचा खरेखोटेपणा तपासायला हवा. संभाजीराजास 'दुराचारी' ठरविणारे अनेक इतिहासकार होऊन गेले. त्यामध्ये संभाजीराजावर कठोर टीकास्त्र सोडणारे मराठ्यांच्या इतिहासाचे महान भाष्यकार त्र्यं. शं. शेजवलकर हे प्रमुख होत. संभाजीराजास 'स्त्रीलंपट' ठरविणारीही अनेक साधने उपलब्ध आहेत. बहुमत त्यांचेच आहे; पण केवळ बहुमताच्या जोरावर काहीही चिकित्सा न करता ही साधने जशीच्या तशी स्वीकारून संभाजीराजांच्या चारित्र्याचे मूल्यमापन करणे हे अन्यायकारक आहे. एखाद्या मोहिमेच्या यशापयशाबद्दल साधन चिकित्सेत थोडीफार ढिलाई झाली तरी चालेल, पण जेव्हा एखाद्या सार्वजनिक पदावरील व्यक्तीच्या चारित्र्याचा प्रश्न येतो, तिथे त्या साधनांची कसून चिकित्सा होणे गरजेचे असते; कारण पराक्रमाच्या दंतकथांपेक्षा चारित्र्याच्या दंतकथा बहुप्रसव असतात. कल्पनेचे पंख घेऊन त्या मन मानेल तशा भराऱ्या मारीत असतात. या भराऱ्या दुरून पाहणाऱ्यासही आकर्षक वाटतात.

संभाजी : एक सुसंस्कृत पराक्रमी युवराज

महाराष्ट्रातील भोसले घराणे हे दक्षिणेतील एक उच्च कुलीचे क्षत्रिय घराणे होते. संभाजीराजांचे आजोबा, शहाजीराजे भोसले, हे स्वत: संस्कृतज्ञ असून अनेक शास्त्रे व कला यांचे भोक्ते होते. त्यांचे पुत्र शिवाजी महाराज हे अनेक विद्वान पंडितांना राजाश्रय देणारे होते. संभाजीराजांची तिसरी पिढीही त्यास अपवाद नव्हती. शिवाजी महाराजांसारखा असामान्य पिता आपल्या राज्याच्या वारसाच्या शिक्षणाची चोख व्यवस्था केल्याशिवाय कसा राहील? युद्धकलेच्या शिक्षणाबरोबरच महाराजांनी पारंपरिक विद्या व शास्त्रे यांच्या अभ्यासासाठी संभाजीराजांची सोय केशव पंडितासारख्या विद्वान शास्त्र्याच्या देखरेखीखाली केलेली होती. युवराजपदी असतानाच संभाजीराजांनी 'बुधभूषण' हा राजनीतिपर ग्रंथ रचला होता. त्या ग्रंथांतर्गत त्यांनी 'आपण काव्यालंकार, शास्त्रे, पुराणे, संगीत आणि धनुर्विद्या' यांचा सखोल अभ्यास केल्याचे म्हटले

आहे.[२] संभाजीराजांची ही केवळ आत्मस्तुती नव्हती. एका तत्कालीन कागदात एका खटल्यातील वादी आपली तक्रार प्रल्हाद निराजी व कवि कलश यांच्याकडे सोपविली गेल्याचे पाहून खुद्द संभाजीराजांकडे तक्रार करताना म्हणतो, "साहेब सर्वज्ञ, शास्त्रार्थाचा अर्थ स्वत: पंडिताचा निशा होय देसा करितातीती. ऐसे असोन माझे पारिपत्य होत नाही."[३] तेव्हा संभाजीराजांच्या शास्त्रपारंगततेबद्दल व सुसंस्कृतपणाबद्दल शंका घेण्यास काही जागा दिसत नाही.

अशा पुस्तकी विद्येबरोबरच शिवाजी महाराजांनी युवराजास प्रत्यक्ष राज्यकारभाराचे शिक्षणही वयाच्या अवघ्या १४/१५व्या वर्षापासून (सन १६७०) देण्यास सुरुवात केली होती. एवढेच नव्हे, तर लवकरच (सन १६७२) त्याच्या हाताखाली फौज देऊन मुलूखगिरी करण्यास धाडण्याचाही प्रारंभ केला होता. या सुमारास हिंदुस्थानात प्रवास करणाऱ्या ॲबे कॅरे या नावाच्या फ्रेंच प्रवाशाने युवराज संभाजीराजाच्या व्यक्तिमत्त्वाविषयी व पराक्रमाविषयी लिहिले आहे :

"शिवाजीराजांनी आपल्या सैन्याचे विभाग करून शेजारील सर्व शत्रूंवर एकाच वेळी हल्ला चढविला आहे. शत्रुसैन्ये त्यांच्याच मुलखात गुंतवून ठेवल्याने ती एकजुटीने आपल्या मुलखात चढाई करण्यास येऊ नयेत, हा त्याचा मुख्य उद्देश होता. शिवाजीराजांनी एक सर्वांत शूर अशा दहा हजार सैन्याचा विभाग आपल्या मुलाच्या ताब्यात दिला होता. हा युवराज लहान आहे, तरी धैर्यशील व आपल्या बापाच्या कीर्तीस साजेल असाच शूर आहे. शिवाजीराजांसारख्या युद्धकुशल पित्याच्या बरोबर राहून तो युद्धकलेत तरबेज झालेला असून, चांगल्या वयोवृद्ध सेनापतीचीही बरोबरी करील इतका तो तयार आहे. तो मजबूत बांध्याचा असून, अतिस्वरूपवान आहे. त्याचे सौंदर्य हाच सैनिकांचे त्याचेकडे आकर्षण वाढविणारा मोठा गुण आहे. सैनिकांचे त्याच्यावर फार प्रेम आहे व ते त्याला शिवाजीसारखाच मान देतात. फरक इतकाच, की ह्या सैनिकांस संभाजीच्या हाताखाली लढण्यात विशेष धन्यता वाटते. ते आपल्या कर्तबगारीचे सर्व श्रेय आपल्या छोट्या सेनापतीस देतात. संभाजीही कोणीही कर्तबगारी करून दाखविली तर त्यांचे कौतुक करतो व त्याचेसमोर घडलेल्या शौर्याचे चीज त्याच्याकडून ताबडतोब बक्षीसरूपाने झाल्याशिवाय राहत नाही."

"संभाजीस खानदेश (Cambay) व गुजरात प्रांतीय राजांवर स्वारी करण्याचा हुकूम झाला होता. आपल्या बापाने आपणास एवढी महत्त्वाची व मोठी कामगिरी सांगितलेली पाहून त्यास धन्यता वाटली आणि मोठ्या उत्साहाने कार्यप्रेरित होऊन तो आपल्या सैन्यानिशी आपल्या कारभाराच्या अगदी प्रारंभाचे विशेष पराक्रम करून दाखवण्यास उद्युक्त झाला. ज्यांच्यावर तो स्वारी करणार ते त्याच्या नावाच्याच दराऱ्याने पळून गेले. त्यामुळे त्याला यश व कीर्ती मिळविणे सोपे गेले व थोडक्याच

अवधीत त्याने बराचसा प्रांत कबजात आणला. त्याची सर्वच इतकी वाहवा करतात की खास त्याच्या बापालाही, जर त्याच्यात हेव्यादाव्याच्या तीव्र उर्मी वास करीत असतील, तर त्याचा हेवा वाटावा.''[४]

ॲबे कॅरेचे हे वर्णन वाचल्यावर आपल्यासमोर देखण्या, उमद्या, पराक्रमी व दिलदार युवराजाची प्रतिमा उभी रहाते. संभाजीराजा म्हणजे शिवाजी महाराजांच्या कीर्तीस शोभेल असाच शूर वीर आहे, असाच अभिप्राय या परकीयाने त्याच्या युवराज-कालखंडातील कामगिरीबद्दल देऊन ठेवला आहे.

पारंपरिक शास्त्रे-विद्या, राज्यव्यवहार व युद्धकला या क्षेत्रांबरोबर तत्कालीन राजनीतीच्या क्षेत्रातही आपला पुत्र तरबेज व्हावा, म्हणून शिवाजी महाराजांनी संभाजीराजास दक्षिणेतील राजकारणातील प्रत्यक्ष धडे द्यावयास सुरुवात केली होती. मिर्झा राजा जयसिंगाच्या स्वारीच्या रूपाने स्वराज्यावर संकट आले व पुढे जेव्हा पुरंदरचा तह झाला, त्या वेळी आठ वर्षांच्या युवराजाला महाराजांनी राजा जयसिंगाच्या छावणीत पाठविले आणि आपल्याऐवजी त्याला मोगलांची पंचहजारी मनसब स्वीकारण्यास लावली - (सन १६६५). मोगली छावणीशी व तेथील रीतिरिवाजांशी अशा प्रकारे आठ वर्षांच्या मराठा राजपुत्राचा प्रथम संबंध आला. पुढच्याच वर्षी संभाजीराजांस घेऊन महाराज आग्र्यास बादशहा औरंगजेबाच्या भेटीस गेले. वयाच्या नवव्या वर्षी संभाजीराजांना मोगल दरबारचे भव्य आणि वैभवशाली दर्शन घडले. याच दरबारात बादशहाची मल्ल्युद्धाची आज्ञा या बालराजाने धुडकावून लावून आपल्या अंगच्या 'तेजा'चे दर्शन घडविले. पुढे शिवाजी महाराज आपल्या पुत्रासह आग्र्याच्या कैदेतून निसटले खरे; पण मार्गात प्रवासाचा धोका लक्षात घेऊन त्यांनी संभाजीराजांस मागे ठेवले. युवराजाच्या आतापर्यंतच्या आयुष्यातील हा कसोटीचा काल होता. मथुरा-बनारस अशा परक्या ठिकाणी या कोवळ्या बालराजाने त्याला दिलेली भूमिका बेमालूमपणे वठविली. कोणतीही तक्रार न करता!

स्वराज्यात परतल्यावर शिवाजी महाराजांचा मोगलांशी पुन्हा एकदा सला झाला. त्यान्वये त्यांनी दक्षिणेचा मोगल सरसुभेदार शहाजादा मुअज्जम याजकडे संभाजीराजास ससैन्य पाठविले - (ऑक्टो. १६६७). त्यांना सप्तहजारी मनसब आणि वऱ्हाड-खानदेश येथील १५ लाखांची जहागीर मोगलांतर्फे बहाल करण्यात आली. शहाजादा मुअज्जम व युवराज संभाजीराजे यांची चांगलीच मैत्री बनली. सन १६६९ अखेर मराठ्यांचे मोगलांशी सख्य राहिले; पुढे ते तुटले. या अवधीत काही काल शहाजाद्याच्या छावणीत संभाजीराजांचे वास्तव्य झाले. मराठी राज्याचा हा पहिला युवराज, आपला वारसदार, शिवाजी महाराजांनी अशा प्रकारे विद्या-कला, प्रशासन, युद्धनीती व राजनीती अशा सर्वच क्षेत्रांत निपुण बनविला.

'सरदारपुत्र' शिवाजीराजे व 'राजपुत्र' संभाजीराजे

संभाजी महाराजांच्या चरित्राकडे नेहमीच त्यांच्या पित्याच्या कर्तृत्वाशी व व्यक्तित्वाशी तुलना करून पाहिले जाते. हे अस्वाभाविक नाही; कारण या दोन पुरुषांच्या कारकिर्दी एकमेकांस खेटून उभ्या आहेत. शिवाय संभाजी महाराज हे शिवाजी महाराजांचे पुत्र आहेत; पण संभाजीराजा म्हणजे 'शिवाजी' होऊ शकत नाही. ज्या परिस्थितीने 'शिवाजी' स घडविले ती भिन्न व ज्या परिस्थितीत 'संभाजी' घडला ती परिस्थिती त्याहून भिन्न! बालपण, कौटुंबिक वातावरण, आजूबाजूचे सामाजिक व भौगोलिक संस्कार, दक्षिणेतील तत्कालीन राजकारण, अडचणी, संकटे, धोके इत्यादी सर्वच बाबतीत बाल शिवाजी व बाल संभाजी यांच्यामधील तुलना साम्य शोधण्यासाठी होऊ शकत नाही. तुलनाच करावयाची झाल्यास दोन्ही व्यक्तित्वांतील भिन्नत्व शोधण्यासाठी ती करावी लागेल.

पहिली गोष्ट अशी की, शिवाजीराजा हा दक्षिणेतील एका सामर्थ्यशाली सरदाराचा पुत्र आहे. जहागीरदारपुत्र आहे. संभाजीराजा हा दक्षिणेतील प्रत्यही सामर्थ्यशाली बनत जाणाऱ्या मराठी राज्याच्या अधिपतीचा पुत्र आहे. दुसरे असे की, शिवाजीराजाने आवतीभोवतीच्या शत्रूंचे दमन करून नव्या सार्वभौम सत्तेची उभारणी केली होती; 'स्वराज्य' संस्थापना हे त्याचे ध्येय होते. युवराज संभाजीपुढे या राज्याचे संवर्धन व संरक्षण हे काम होते. आणखी असे की, शिवाजीराजाला आरमारापासून राजधानीपर्यंत राज्याची प्रत्येक गोष्ट नव्याने करावी लागली होती. त्याच्या आवतीभोवतीची कर्तृत्ववान माणसे ही त्याची 'स्वनिर्मिती' होती; युवराज संभाजीस हे सर्व त्याच्या जन्मसिद्ध हक्काने प्राप्त होणार होते. कर्तृत्ववान माणसांसह पुढे जायचे होते. जमल्यास त्यात भर टाकायची होती. शेवटी सर्वांत महत्त्वाचे म्हणजे बाल शिवाजीस घडविण्यासाठी जिजाबाईच्या रूपाने एक असामान्य माता त्यास मिळाली होती. युवराज संभाजी मात्र वयाच्या अवघ्या दुसऱ्या वर्षीच मातृसुखास पारखा झाला होता. त्याची आजी ही 'आई' ची जागा घेऊ शकत नव्हती. आजीची 'माया' आणि आईचे 'प्रेम' यात फरक आहे. आजी कधी रागवत नाही. शिक्षा करीत नाही. आई प्रेमाबरोबर मुलास शिक्षा करण्यासही मागे-पुढे पाहत नाही!

युवराज संभाजीचे चरित्र अशा सर्व परिस्थितीच्या पार्श्वभूमीवर तपासले गेले पाहिजे; कारण व्यक्तित्व (Personality) हे अनुवंशिक गुण आणि परिस्थिती अशा दोन्ही घटकांनी बनत असते; आणि अनेकदा त्यामध्ये परिस्थितीचाच वरचष्मा झालेला आढळून येतो.

अनुपुराण : युवराज संभाजीच्या कारकिर्दीचे एक महत्त्वाचे साधन

युवराज संभाजीराजांच्या कारकिर्दीवरील ऐतिहासिक साधने विपुल प्रमाणावर

उपलब्ध नाहीत. आणि जी आहेत ती बहुतेक सर्व संभाजीराजांच्या विरोधी गोटातील आहेत. युवराज संभाजीराजांची बाजू मांडणारे एकच महत्त्वाचे ऐतिहासिक साधन उपलब्ध आहे, ते म्हणजे 'अनुपुराण' नावाचा काव्यग्रंथ. शिवाजी महाराजांच्या कारकिर्दीतील सुप्रसिद्ध कवी परमानंद याच्या नावावर जरी हे लिहिले असले, तरी प्रत्यक्षात त्याचा पुत्र देवदत्त यानेच ते रचले असावे, असा शेजवलकर प्रभृतींचा तर्क आहे आणि तो बरोबर आहे. तरीपण या काव्यामुळे युवराज संभाजीराजांच्या हालचाली, रायगडावरील व शृंगारपुरातील राजकारणे, प्रधानांच्या कारवाया, सोयराबाईची मन:स्थिती इ. अनेक बाबींवर प्रकाश पडतो. त्या दृष्टीने या काव्यग्रंथाचे ऐतिहासिक मूल्य आपण मान्य करावयास पाहिजे; पण या काव्याचा कर्ता अनेक ठिकाणी आपल्या बेसुमार स्तुतीने, विरोधकांच्या तितक्याच बेसुमार निंदेने आणि काल्पनिक प्रसंगांच्या वर्णनाने संभाजीराजांची बाजू अशा अभिनिवेशाने मांडतो की, त्यामुळे अनेकदा संभाजीराजांची बाजू बळकट होण्याऐवजी कमकुवतच होते; आणि त्याच्या व्यक्तित्वास कवी हानी पोहोचवितो! शिवाजी महाराज, संभाजीराजे, प्रधान, सोयराबाई इत्यादिकांच्या तोंडी अनुपुराणकर्त्याने घातलेल्या काल्पनिक संवादांच्या पुराव्याच्या बळावर संभाजीराजांची बाजू बळकट झाल्याचे वाटून बेंद्र्यांनी जरी दुर्लक्ष केले, तरी संभाजीराजांचे टीकाकार त्याकडे काय म्हणून दुर्लक्ष करतील? शेजवलकरांसारख्या टीकाकारांनी याच अनुपुराणातील संदर्भ घेऊन आपल्या मार्मिक शैलीने युवराज संभाजीराजाच्या प्रतिमेवर प्रहार केले आहेत, ही गोष्ट या ठिकाणी आवर्जून नोंदली पाहिजे. अनुपुराण हे काव्य आहे, हे मान्य करूनही त्याच्या ऐतिहासिक मूल्याविषयीचे भान उभयपक्षी राखले गेले नाही.

अनुपुराणकर्त्यास सर्वत्र कलीचा संचार झालेला दिसतो. तो कली रायगडावरील शिवाजी महाराजांसह सर्वांच्या ठिकाणी संचारलेला आहे. खुद्द शिवाजी महाराज या कलीच्या प्रभावामुळेच राणी सोयराबाईच्या सौंदर्यापुढे व हट्टापुढे मोहवश होऊन तिच्या पुत्रास राज्य देण्याच्या मागणीस तयार झालेले आहेत, अशा आशयाचे वर्णन इतिहासाला ज्ञात असलेल्या शिवाजी महाराजांच्या व्यक्तित्वाशी जुळत नाही. तसेच काव्यात म्हटल्याप्रमाणे महाराजांचे प्रधान त्यांच्या प्रजाजनांना छळत असतील, तर त्याचा दोष प्रधानांपेक्षा महाराजांकडेच अधिक जातो, हे अनुपुराणकर्त्याच्या व त्याच्यावर विसंबून तशी विधाने करणाऱ्या बेंद्र्यांच्या ध्यानात आलेले नाही, ही खेदाची गोष्ट आहे.

या काव्यात ऐतिहासिक सत्याचे कण नाहीतच असे नाही; पण हे कण फार जपून वेचावे लागतील. एक उदाहरण पाहा - संभाजीराजांचे शृंगारपुरी वास्तव्य असता कवि कलशाने त्यांचा 'कलशाभिषेक' घडवून आणला, असे कवी सांगतो; पण तो इथेच थांबत नाही. कलशाभिषेकाचे महत्त्व सांगताना तो म्हणतो, "काम्यतिथीच्या

दिवशी केलेला संभाजीचा कलशाभिषेक सार्थनामा होऊन चमत्कारांची एक मालिका इच्छेप्रमाणे घडवून आणता झाला; म्हणजे तीन वर्षांच्या आतच रौद्र संवत्सरी, कल्पना नसता, शिवाजी कैलासवासी होऊन त्याची भीती नष्ट झाल्यामुळे सुलभपणे संभाजीच्या डोक्यावर सिंहासनस्थ छत्रचामरे ढाळली गेलेली दिसली, असा पूर्ववृत्तांत... संभाजीच्या कारकिर्दीत छंदोगामात्य झालेल्या कवि कलशाने सांगितला.''[५]

कवीच्या या वर्णनामुळेच शेजवलकरांना संभाजी-कवि कलश संबंधावर पुढील भाष्य करणे सोपे गेले - "(यावरून) कवि कलश त्याचे (संभाजीचे) कान सन १६७८ पासूनच फुंकीत होता, हे ऐतिहासिक सत्य पुढे येते. शिवाजीची इच्छा, त्याचा आदेश, प्रधानांचे त्याप्रमाणे वागणे ही काहीही सिद्धीस न जाता अचानक संभाजीला राज्य प्राप्त झाले हा त्याला स्वत:लाच एक अद्‌भुत चमत्कार वाटला असला पाहिजे व त्यामुळे त्याची कवि कलशावर नितांत श्रद्धा बसली, असे संभाजीची बाजू मांडणाऱ्या या काव्यावरून उघड होते.''[६]

कवीच्या या वर्णनातील सत्य कोणते व कल्पित कोणते? कवि कलशाने केलेला कलशाभिषेक हे सत्य व त्याचा वर्णिलेला परिणाम हे कल्पित आणि कवीचे सर्वच वर्णन सत्य मानले, तर शेजवलकर म्हणतात त्याप्रमाणे सन १६७८ पासूनच कवि कलश संभाजीराजांचे कान फुंकीत होता इथपर्यंतच तर्क येऊन थांबत नाही; तर त्याही पुढे जाऊन संभाजीराजास आपल्या पित्याचे अस्तित्व म्हणजे संकट आणि त्यांचा 'स्वर्गवास' म्हणजे 'सुवर्णसंधी' असे वाटत होते, अशी तर्काची पुढील पायरी ओलांडावी लागेल! ती पायरी मान्य केली, तर युवराज संभाजीराजाची काही नैतिक बाजूच शिल्लक राहत नाही! शेजवलकरही ही पायरी ओलांडीत नाहीत; कारण दुसऱ्या एका ठिकाणी त्यांनी संभाजीराजांबद्दल म्हटले आहे. - "संभाजीच्या मनात बापाबद्दल भीतियुक्त आदर अखेरपर्यंत राहिला होता. तो बापाचा द्वेष्टा नव्हता; पण आपल्या प्रवृत्तींना, अस्मितेच्या आविष्काराला मर्यादा घालणे त्याला कधीच शक्य झाले नाही. ती बापाविरुद्धही उफाळत राहिली.''[७]

आमचे म्हणणे एवढेच की, अनुपुराण हे काव्य असून, त्यामधील अतिशयोक्ती, काल्पनिकता, आलंकारिकता, रसिकता, स्तुती-निंदा इ. गुणावगुण पारखूनच त्यातील पुरावा उभयपक्षीच्या संशोधकांनी उपयोजित करावयास हवा.

रायगडावरील गृहकलह आणि संभाजी राजांवरील दुर्वर्तनाचे आरोप

शिवराज्याभिषेकानंतर रायगडावर गृहकलह उत्पन्न झाला आणि त्याची दुर्दैवी परिणती मराठी राज्याचा वारसदार शत्रूच्या गोटास मिळण्यात झाली. हा गृहकलह राज्याभिषेकानंतर म्हणजे जिजाबाईंच्या मृत्यूनंतर (१७ जून १६७४) सुरू झाला. याचा अर्थ राजमाता असेपर्यंत गृहकलह निर्माण करण्याची रायगडावर कोणाची

हिंमत नव्हती.

संभाजीराजांनी आपणहून गृहकलह सुरू करण्याचे काही कारण नव्हते; कारण ते शिवाजी महाराजांचे ज्येष्ठ पुत्र होते. रूढीनुसार व राजनीतिशास्त्रानुसार राज्याचे वारसदार होते आणि ज्या रीतीने शिवाजी महाराजांनी त्यांना दक्षिणेच्या राजकारणात वागविले होते, त्यावरून महाराज त्यांनाच पुढे आपला वारसदार म्हणून ठरविणार होते. अशा परिस्थितीत गृहकलहाची सुरुवात राणी सोयराबाईंकडून झाली असणार हे उघड आहे.

राज्याभिषेक प्रसंगीच आपणास पट्टराणीचा मान मिळाला, तरी आपल्या पुत्रास युवराजपदाचा मान न मिळता तो संभाजीराजाकडे गेला; याचा अर्थ राज्याचा वारसा आपल्या मुलाला मिळणार नाही, याचे दुःख सोयराबाईस झाले असले पाहिजे, असा तर्क डॉ. कमल गोखले करतात आणि ही गोष्ट "स्त्रीस्वभावास धरून स्वाभाविकच वाटते," असेही त्या म्हणतात.[८] आम्हास असे वाटते, की आपल्या पुत्रास राज्य मिळावे, ही भावना राज्याभिषेक प्रसंगीच सोयराबाईच्या मनात आली असेल असे नाही; त्यापूर्वीही हा विचार तिच्या मनात घर करून बसला असावा. अगदी तिच्या पुत्रजन्माच्या वेळीच हा विचार तिच्या मनात येणे हेही नैसर्गिक होते. फक्त हा विचार प्रकट करण्याचे धैर्य जिजाबाई हयात असेतोपर्यंत तिच्याजवळ नव्हते एवढेच!

मुळात शिवाजी महाराजांच्या मनात राज्यविभाजनाचा विचार नव्हता; पण संभाजीराजांच्या दिवसेंदिवस वाढत जाणाऱ्या दुर्वर्तनामुळे ते अगतिक झाले व पुढे गृहकलह टाळण्यासाठी त्यांनी राज्यविभाजनाचा प्रस्ताव संभाजीराजांपुढे मांडला, असे मत शेजवलकरांनी आपल्या शिवचरित्राच्या 'शिवाजी-संभाजी संबंध' या प्रकरणात मांडले आहे. संभाजीराजांच्या दुर्वर्तनाचा पहिला दाखला म्हणून त्यांनी सन १६७५च्या अखेरीस शिवाजी महाराजांवर झालेल्या विषप्रयोगाची घटना नमूद केली आहे. ते लिहितात, - 'प्रसंग, सन १६७५च्या अखेरीस झालेला शिवाजीचा दीर्घ आजार व त्यातून त्याच्या मृत्यूची उठलेली चौफेर बातमी, हा आहे. इंग्रजांना कळले की शिवाजीला त्याच्या मुलानेच विष घातले; कारण त्याला कळले की बापाने रायगडाच्या पहारेकऱ्यांना, संभाजी रात्री किल्ल्याखाली उतरण्याची आपली खोड न सोडील तर त्याला बेशक तटावरून लोटून द्यावे, असे फर्मावले होते. संभाजी रात्री शिवाजीच्या प्रमुख ब्राह्मणांपैकी एकाच्या मुलीला भेटण्यासाठी किल्ल्याखाली उतरत असे व तिच्याशी त्याचा अनैतिक संबंध होता. इंग्रजांच्या पत्रातील ही नोंद इतकी सहजरीत्या स्पष्ट स्वरूपात आली आहे, की तीबद्दल शंका घेणे कठीण आहे...'[९]

शेजवलकरांच्या वरील लिखाणावरून त्यांनी इंग्रजांच्या बातमीपत्रातील माहिती

खरी मानली आहे हे उघड आहे. आता मूळ बातमी कशी आहे ते पाहू:- 'For these many days here is a continued report of Sevagees being dead and buried, naming the place of his death, distemper, manner and place of burial. It is reported he was poisoned by his son; his son being informed his father had commanded the watch of Rairee Castle to throw him down over the wall. If he left not going out at nights....to meet a daughter of one of his chiefest Brahmins, whose daughter he had debauched; that he was sick, we certainly know, and that his distemper proceeded from the violent pain he had in his head, which was almost rotten. The Siddy Sambolee told a servant of the Deputy Govemor, that he was dead and so say all merchants from Dabull, Cullean, Chaule & Co. We cannot give any great credit thereto, because Moree Pundit removes not from under Moules (Mahuli or Mavals) Hill with his army. We shall endeavour to know the certainty, and advise when we know it.'[१०]

या बातमीची बारकाईने चिकित्सा केली, तर पहिली गोष्ट अशी दिसते की, या बातमीत नमूद केल्याप्रमाणे शिवाजी महाराजांचा या वेळी मृत्यू झालेला नाही. ते साताऱ्यात दीर्घ काळ आजारी होते हे खरे. त्यामुळे अशा आजाराने विषप्रयोगाच्या बातम्याही तयार होणे स्वाभाविक होते. अशा बातम्या तिखट-मीठ लावून अधिक रुचकर केल्या जातात. हा विषप्रयोग संभाजी राजानेच केला असे म्हटल्याने ती बातमी सनसनाटी होऊ शकते. दुसरे असे, की बातमीदार सांगतो त्याप्रमाणे संभाजीराजाने महाराजांवर विषप्रयोग करण्याचे कारण कोणते? तर किल्ल्याच्या पायथ्याशी असणाऱ्या ब्राह्मणकन्येस भेटण्याची खोड संभाजीराजाने सोडली नाही तर त्याचा कडेलोट करावा, अशी महाराजांनी सांगितलेली शिक्षा! गंमत अशी की, खुद्द इंग्रजांनीच आणखी काही दिवसांनंतरच्या बातमीपत्रात (७ एप्रिल १६७६) विषप्रयोगाचा कर्ता संभाजीराजा नसून, एक न्हावी आहे असे म्हटले आहे![११] म्हणजे संभाजीराजांचे त्या ब्राह्मणकन्येस भेटण्यास जाणे, त्यावर शिवाजी महाराजांनी कडेलोटाची शिक्षा, ही शिक्षा टाळण्यासाठी संभाजी राजांनी महाराजांवर केलेला विषप्रयोग या तीन पायऱ्यांतील शेवटची पायरीच निखळल्यावर वरच्या दोन पायऱ्या आपोआप कोसळतात हे सुज्ञास सांगणे न लगे! सारांश, इंग्रजांचे बातमीपत्र तत्कालीन व अस्सल असले, तरी त्यातील माहिती 'अस्सल' असेलच असे नाही, हे इतर अनेक इंग्रज बातमीपत्रांवरूनही समजून येईल.

रायगडाच्या पायथ्याशी ज्या मुलीस भेटण्यास संभाजीराजे जात होते, ती

आण्णाजी दत्तोची कन्या होती, असे अनेक लेखकांनी म्हटलेले आहे. यास आधार म्हणून बुसातिन-उस-सलातीन (विजापूरच्या आदिलशाहीचा इतिहास) या ग्रंथातील कथा दिली जाते. ती कथा अशी :

"संभाजी याणी दिलेरखानापासी जाऊन पोहचण्याची कैफियत असी आहे की, सिवाजी कित्येक कामाबद्दल संभाजीसी त्रासून कंटाळला होता. या दिवसांत शरहनवीस म्हणजे हुकमाचे शेरे लिहिणारा कामदार होता. त्याचे कन्येवर संभाजी फार आषक, म्हणजे लुब्ध, जाहला होता. अशा प्रकारे की, संभाजीचा केवळ शत्रूच जाहाला आणि सिवाजीने मनात आणिले की, संभाजीस हरएक बाहान्याने पकडून ठार जिवे मारावा किंवा कैद करावा. संभाजी याणी हा सिवाजीचा इरादा ओळखून संशयांकित साहाला आपण दिलेरखानाकडे निघोन जावे असा निश्चय केला. आपण जातीने जाऊन पोहचण्यापूर्वी आधी एक पत्र आम्ही आपलेकडे येतो अशा मजकुराचे लिहून दिलेरखानाकडे पाठविले. त्यानंतर जातीनेही त्या पत्राचे लागोपाठच दिलेरखानाकडे निघाला."[१२]

बुसातिन-उस-सलातीन या ग्रंथाचा कर्ता महमद झुबेरी हा असून, त्याने सन १८२४ साली म्हणजे संभाजीराजानंतर सव्वाशे वर्षांहून अधिक कालाने युवराज संभाजीराजाच्या इष्काची ही कल्पित कहाणी सांगितली आहे! संभाजी राजा दिलेरखानास मिळण्यापूर्वी त्यास हर एक बहाण्याने पकडून ठार मारण्याचा विचार शिवाजी महाराज करीत होते, अशा त्याच्या सांगण्यावर कितपत विश्वास ठेवायचा? महंमद झुबेरीचा समकालीन मल्हार रामराव हा मराठी बखरकार तर या कल्पनेच्या साम्राज्यात त्याच्यावरही ताण करतो! मल्हार रामरावाने तर संभाजीराजाच्या हातून रायगडावर प्रत्यक्ष राजवाड्यात हळदीकुंकवाच्या समारंभातच एका सुस्वरूप ब्राह्मण तरुणीवर बलात्कार घडवून आणला आहे! मल्हार रामराव सांगतो :

"... परंतु (संभाजीराजे) उग्र प्रकृती. शिवाजीमहाराजांचे मर्जीनुरूप वागणे पडेना ऐसे होऊ लागले. काही दिवस राजगडी राहून रायगडी गेले... त्यांचा व्रतबंध करून युवराजाभिषेक करावासे मनात आणून व्रतबंध केला. परंतु संभाजी महाराजांची मर्जी एक प्रकारची! कोण्हे एके दिवशी हळदकुंकू समारंभ शीतलागौरी यास सर्व सुवासिनी स्त्रिया राजवाड्यात येणार त्यात कोण्ही रूपवान स्त्री आली तिजला महालात नेऊन बलात्कार - अविचार जाला. हे वृत्त महाराजांसही समजले. ते समयी बहुत तिरस्कार येऊन बोलले जे 'राज्याचे अधिकारी हे, अगम्यागमन श्रेष्ठ वर्णाचे ठायी जाले; सर्व प्रजा हे राजाचे कुटुंब आप्तसमान, हे पुत्र जाले तरी काय करावयाचे? यांचा त्याग करीन, शिक्षा करीन.' ऐसे आग्रह करून बोलले. ही बातमी संभाजी महाराज यांस समजली. त्याजवरून दोन घोडियांवरि आपण व स्त्री देसे बसोन, पांच पंचवीस माणसे मावले आपले खासगीची घेऊन रात्रीसच निघोन

पाचवडास असता तेथून गेले. ते वेळे दिलेरखान औरंगाबादेस होते त्यांजपाशी गेले... बहुत सत्कार करून ठेविले...''१३

सुमारे दीडशे वर्षांहून अधिक काल संभाजी महाराजांची विशिष्ट विकृत प्रतिमा महाराष्ट्रातील जनमानसांत रूढ व दृढ करण्यास मल्हार रामरावाची ही बखर मोठ्या प्रमाणावर कारणीभूत ठरली आहे. मल्हार रामरावाच्या या बखरीची चिकित्सा करण्यापूर्वी एक महत्त्वाची बाब लक्षात घेतली पाहिजे. ती म्हणजे संभाजी महाराजांच्या कारकिर्दीनंतर ती तब्बल ११२ वर्षांनी लिहिलेली आहे. सभासद आणि मल्हार रामराव या दोघाही बखरकारांचे संभाजी महाराजांच्या संबंधीचे बरेच लिखाण विपर्यस्त व कल्पित आहे; पण त्याची कारणे भिन्नभिन्न आहेत. सभासदाचे लिखाण राजाराम महाराजांची मर्जी संपादन करण्यासाठी स्वार्थी भूमिकेतून केले गेले आहे; तर मल्हार रामरावाचे लिखाण पूर्वग्रहदूषित दृष्टिकोनातून केले गेले आहे. मल्हार रामरावाचा खापर पणजोबा बाळाजी आवजी चिटणीस, यास संभाजी महाराजांनी हत्तीच्या पायी देऊन ठार मारले; याचा राग इतक्या पिढ्यांनंतरही गेलेला नव्हता. तोच राग संभाजी महाराजांविषयी त्याचा पूर्वग्रह निर्माण करण्यास कारणीभूत ठरला असावा.

विशेष म्हणजे बाळाजी आवजी, खंडो बल्लाळ या पूर्वजांविषयी लिहिताना त्याने त्यांच्या प्रतिमा उजळून टाकल्या आहेत. तथापि, संभाजी महाराज गादीवर येऊ नयेत म्हणून झालेल्या कटात, किंवा त्यानंतर त्यांच्यावर झालेल्या विषप्रयोगाच्या आणि अकबराशी संगनमत केल्याच्या कारस्थानात बाळाजी आवजीचा काही भाग होता, हे तो कोठेच नमूद करत नाही. उलट शिवाजी महाराज, संभाजी महाराज आणि राजाराम महाराज या तीन राज्यकर्त्यांवर त्याने लिहिलेल्या बखरीत चिटणीस घराण्यातील व्यक्तींनी कशी एकनिष्ठा व मोठी कर्तबगारी दाखविली, याचीच प्रत्यही उदाहरणे तो देत राहतो.

चिटणीसाचा मजकूर कल्पित अतएव विकृत का झाला, याची मीमांसा केल्यावर आता बखरीतील बलात्काराच्या कथेच्या चिकित्सेकडे जाऊ :

रायगडावर राजवाड्यात हळदी-कुंकवाच्या समारंभास जमलेल्या स्त्रियांपैकी एका रूपवान ब्राह्मण स्त्रीवर युवराज संभाजीराजाने अत्याचार केल्याची सांगितलेली कथा संभाजी महाराजांच्या चारित्र्यावर गंभीर आरोप करणारी आहे. या कथेचा प्रभाव पाऊणेदोनशे वर्षे संभाजी महाराजांच्या चारित्र्याची चिकित्सा करणाऱ्या पंडितांवर पडून राहिला आहे. अशा प्रकारची ही कथा खरी आहे, असे मानणाऱ्याचे सर्वांत जुने उदाहरण आहे ग्रॅन्ट डफचे, तर सर्वांत ताजे उदाहरण आहे प्रा. वसंत कानेटकरांचे!

रायगडावर घडून आलेल्या बलात्कार प्रकरणातील ही स्त्री कोण, कोणाची

(कन्या की सून?) हे मल्हार रामराव सांगत नाही. कोणे एके दिवशी... अशी पुराणकथेसारखी कथेची सुरुवात मोघमात करतो. मल्हार रामरावास ही कथा कोणी सांगितली किंवा त्याने ती कोठून घेतली हे त्याची ही कलाकृती 'बखर' असल्याने विचारण्याची सोय नाही! संभाजीराजा म्हणजे कोणी गुंड होता की काय, ज्याने समारंभास आलेल्या रूपवान स्त्रीवर राजवाड्यातच अत्याचार करावा? पुण्यश्लोक जिजाबाई आणि शककर्ते शिवाजी महाराज यांसारख्या असामान्य चारित्र्यसंपन्न माणसांच्या संस्कारात वाढलेला हा मराठ्यांचा युवराज इतका निर्ढावलेल्या गुन्हेगारासारखे वर्तन करेल ही कल्पनाही करवत नाही. आणि सर्वांत महत्त्वाची गोष्ट म्हणजे ज्या रायगडावर ही घटना घडली असे सांगण्यात येते, त्या गडावर संभाजीराजे या वेळी नव्हतेच. मल्हार रामराव सांगतो की, ही घटना घडल्यानंतर पित्याचा रोष ओढवून त्याची शिक्षा टाळण्यासाठी संभाजीराजे रायगडाहून दिलेरखानाच्या गोटात पळून गेले. प्रत्यक्षात ते सज्जनगडाहून खानाच्या गोटात गेले; आणि त्यापूर्वी त्यांचा मुक्काम द. कोकणात शृंगारपुरी येथे पावणेदोन वर्षे होता. जो रायगडावर नव्हताच, त्याच्या नावाची बखरकाराने अशी बदनामी केली!

मल्हार रामरावाप्रमाणेच झुबेरीही ही घटना संभाजीराजे दिलेरखानाच्या गोटाकडे जाण्यापूर्वी रायगडावर घडली असे म्हणतो. अनेक इतिहासकारांनी मल्हार रामरावाची बखर, इंग्रजी बातमीपत्र व बुसातिन-उस-सलातीन या तिन्ही साधनांमधील कथा एकाच स्त्रीविषयी-म्हणजे आण्णाजी दत्तो याच्या मुलीविषयी - मागून संभाजीराजांच्या चारित्र्यावर भाष्य केले आहे. तीनपैकी दोन साधने ही घटना संभाजीराजे दिलेरखानाकडे जाण्यास कारणीभूत झाली, असे म्हणतात; पण रायगडाच्या परिसरात ऑक्टो. १६७६ पासून ते शिवाजी महाराजांचा मृत्यू झाला तोपर्यंतच्या कालात तरी संभाजीराजे आले नव्हते, हा मुद्दा संभाजीराजांचे टीकाकार लक्षात घ्यावयास तयार नाहीत. उलट ही घटना रायगडाच्या परिसरात घडलीच असा सत्याभास निर्माण केला आहे. प्रा. वसंत कानेटकरांनी तर या कथेमधील मुलीस 'गोदावरी' हे लोककथेतील अथवा नाटकातील नावसुद्धा बहाल करून टाकले आहे!१४

प्रा. कानेटकरांनी आणखी एक महत्त्वाचा मुद्दा उपस्थित केला आहे. ते म्हणतात, "मध्ययुगात बायका पळवणे, त्यांच्यावर बळजबरी वा बलात्कार करणे या फार 'डोळे वटारून' बघण्याच्या गोष्टी नव्हत्या. अंगवस्त्रे, नाटकशाळा आणि लग्नांच्या अनेक बायका हा तर त्या काळी कौतुकाचा आणि प्रतिष्ठेचा मामला मानला जात होता. मग शिवाजी महाराजांची संभाजीराजावर 'इतराजी' का झाली असेल? मल्हार रामराव चिटणीस आपल्या बखरीत सांगतो, ते सगळेच खरे नसले, तरी तो जाताजाता शिवाजी महाराजांच्या तोंडून एक रिवाज बोलून दाखवितो... "राज्याचे अधिकारी हे अगम्यागमन श्रेष्ठ वर्णाचे ठायी जाले." म्हणजे क्षत्रिय असून

ब्राह्मण मुलीशी राजाने संग केला हे पाप घडले. बळजबरी केली म्हणून नव्हे.''[१५]

प्रा. कानेटकरांच्या मते गोदावरी श्रेष्ठ वर्णाची, ब्राह्मण वर्णाची असल्याने शिवाजी महाराजांची संभाजीराजांवर 'इतराजी' झाली. त्या ठिकाणी इतर वर्णाची स्त्री असती तर महाराजांची इतराजी झाली नसती काय? प्रा.कानेटकरांचा मुद्दा मान्य करण्यासारखा नाही. आमच्या समजुतीप्रमाणे शिवाजी महाराज स्त्रियांच्या संदर्भातील चारित्र्याबाबत एक अपवादात्मक पुरुष होते. स्त्री-चारित्र्य वर्णातीत आहे, हे तत्त्व त्यांनी नजरेआड केले असेल असे वाटत नाही. प्रा. कानेटकरांनी सांगितलेली मल्हार रामरावाची चारित्र्याच्या वर्णश्रेष्ठत्वाची कल्पना पेशवाईतील आहे, शिवशाहीमधील नव्हे!

खुद्द प्रा. कानेटकरांनी शिवाजी महाराजांचे वर्णन मध्ययुगातील एक सक्त चारित्र्याचा पुरुष म्हणून केले आहे. एकदा जर आपण हे मान्य केले, तर एक साधा प्रश्न निर्माण होतो की, बखरकाराने सांगितलेल्या कथेप्रमाणे संभाजी राजांच्या हातून रायगडावर ब्राह्मण स्त्रीवर अत्याचार झाला असेल तर त्याची वार्ता ऐकून महाराजांनी, तिरस्काराने बोलून आपली फक्त 'इतराजीच' व्यक्त केली असेल काय? या असाधारण गंभीर गुन्ह्याबद्दल महाराज युवराजास मृत्युदंडाचीच शिक्षा फर्मावित! महाराजांच्या चारित्र्याच्या लौकिकास ते सुसंगत होते; पण असे काहीही घडलेले दिसत नाही. रायगडावरील गृहकलहाची कारणे इतिहासकार समजतात त्याप्रमाणे संभाजीराजांच्या दुर्वर्तनात नव्हती, तर ती राणी सोयराबाई व प्रधान यांच्या महत्त्वाकांक्षेत व स्वार्थामध्ये होती.

युवराज संभाजीराजांच्या चारित्र्याचा ऊहापोह करीत असता जनमानसात रूढ झालेल्या त्यांच्या तथाकथित नायिका – तुळसा, गोदावरी, कमळा – यांच्याविषयी दोन शब्द लिहिले, तर अप्रस्तुत होणार नाही. साहित्यिकांनी तशा अनेक नायिका निर्माण केल्या, तरी गाजल्या त्या प्रामुख्याने या तीनच. यापैकी 'तुळसा' हे पात्र आत्माराम मोरेश्वर पाठारे यांनी स. १८९१ साली आपल्या 'संगीत श्री छत्रपती संभाजी' या नाटकात निर्माण केले. पुढे ही तुळसा रंगभूमीवर खूप गाजली! पण ती केवळ साहित्यिकांची निर्मिती होय. लोककथेतही तिला स्थान नाही. लोककथांत स्थान असणाऱ्या संभाजीराजांच्या दोन नायिका – गोदावरी व कमळा. संभाजीराजांच्या या दोन्ही तथाकथित नायिकांना कोणताही ऐतिहासिक आधार नाही! आज रायगडाच्या पायथ्याशी गोदावरीची म्हणून जी समाधी दाखविली जाते, ती आहे पेशवेकालातील सवाई माधवराव पेशव्याची पत्नी यशोदाबाई हिची समाधी![१६] असेच पन्हाळ्याच्या परिसरातील तथाकथित थोरातांच्या कमळेच्या समाधीबद्दल आहे. ही समाधी बाळाजी विश्वनाथाच्या कालखंडातील यशवंतराव थोरात या शूर पुरुषाची आहे! बाळाजी विश्वनाथाच्या फौजेशी करवीरकरांच्या बाजूने लढत असता पन्हाळ्याच्या पायथ्याशी

हा यशवंतराव थोरात धारातीर्थी पडला. त्याची बायको त्याच्याबरोबर सती गेली. या उभयतांची ही समाधी आहे. आत उभयतांच्या मूर्तीही थोरातांच्या वंशजांनी स्थापन केल्या आहेत.[१७]

सोयराबाई व प्रधान यांची कुटिल कारस्थाने

राज्याभिषेकानंतर (जून १६७४) रायगडावर संभाजीराजे यांचे वास्तव्य ऑक्टो. १६७६ पर्यंत म्हणजे सव्वादोन वर्षे झालेले आहे. ऑक्टो. १६७६मध्ये शिवाजी महाराज कर्नाटक स्वारीवर बाहेर पडले, त्यांच्याबरोबर संभाजीराजेही बाहेर पडले. ते पुन्हा महाराजांच्या मृत्यूपर्यंत रायगडावर गेलेलेच नाहीत. याचा अर्थ रायगडावर महाराजांचे अधूनमधून वास्तव्य होत असले, तरी संभाजीराजे तिकडे साडेतीन वर्षे फिरकलेले नाहीत. संभाजीराजांच्या या प्रदीर्घ अनुपस्थितीच्या कालखंडातच सोयराबाई व तिच्या बाजूच्या प्रधानांचा राजधानीतील राजकारणात प्रभाव निर्माण झाला असला पाहिजे.

राज्याभिषेकानंतरच्या रायगडावरील आपल्या वास्तव्यात युवराज संभाजीराजे काय करीत होते? शेजवलकरांच्या मते "स्त्रीविषयक इष्क व कारभारातील ढवळाढवळ" करीत होते.[१८] तर बेंद्र्यांच्या मते सन १६७५-७६ च्या दरम्यान संभाजीराजे गोवा, उत्तर कर्नाटक व भागानगर या प्रदेशात दोन मोठ्या मोहिमा करीत होते.[१९] शेजवलकरांचा निष्कर्ष चिटणीस बखर, शिवदिग्विजय बखर यासारख्या उत्तरकालीन साधनांवर व इंग्रज बातमीपत्रांतील अफवांवर आधारित आहे; तर बेंद्र्यांचा निष्कर्ष तत्कालीन कागदपत्रांच्या पुराव्यावर आधारित आहे. या सुमारास हिंदुस्थानात प्रवास करणाऱ्या जॉन फ्रायर या इंग्रज प्रवाशाने या कालातील संभाजीराजांच्या हालचालींविषयी लिहिले आहे, "शिवाजीच्या सैन्याचा खास संभाजीराजाच्या हाताखालील भाग थेट गोवळकोंड्याच्या राज्यातील भागानगरपर्यंत गेला... शिवाजीच्या मुलाने भागानगर लुटले व शहरात जाळपोळ केली. बहलोलखानाने संभाजीराजाच्या सैन्यावर पाळत ठेवली होती. हे पाहून संभाजीराजा विजापुरास त्रास न देता बहलोलखानास चुकविण्याकरिता दुसऱ्याच रस्त्याने परत गेला. जाताना वाटेत संभाजीराजाने हुबळी, रायबाग व इतर बाजारी पेठांवर छापे घालून त्या लुटल्या."[२०]

यावरून एक गोष्ट स्पष्ट होते की, संभाजीराजांच्या रायगडावरील वास्तव्यासंबंधी बखरी त्यांच्या 'इष्काच्या' अतिरंजित कथा सांगतात, तर तत्कालीन कागदपत्रे त्यांच्या लष्करी हालचालींचा बोध करून देतात. असे असता कर्नाटक स्वारीवर जाताना अभिषिक्त युवराज म्हणून आपल्या माघारी रायगडावर राज्याचा कारभार त्यास पाहावयास न सांगता महाराजांनी त्यास आपल्या बरोबर घेतले आणि कोकणातील प्रभावलीच्या सुभ्यावर नेमणूक करून शृंगारपुरी वास्तव्य करण्याचा आदेश दिला.

शेजवलकरांच्या मते युवराज संभाजीराजांच्या दुर्वर्तनास आळा घालण्यासाठी आणि प्रधानांशी त्यांचा खटका उडू नये यासाठी शिवाजी महाराजांनी त्यास आपल्या बरोबर घेतले.[२१] बेंद्र्यांनी म्हटले आहे, की जन्मसिद्ध व धर्मसिद्ध युवराजास राज्यव्यवहारधर्माने प्राप्त झालेल्या अधिकारापासून शिवाजी महाराजांनी च्युत करून आपल्या ठिकाणी असणाऱ्या 'ब्रह्मनिष्ठेच्या हळुवार वृत्तीने' प्रधानांच्या बारभाई कारभारास संमती दिली; तेव्हा हा अपमान न साहून संभाजीराजांनी आपल्या बापाबरोबर रायगड सोडला.[२२] बेंद्र्यांनी या बाबतीत शिवाजी महाराजांवर 'ब्रह्मनिष्ठे' चा आरोप करून संभाजीराजांची बाजू मांडली आहे.

पण एक गोष्ट स्पष्ट आहे की, या वेळी (ऑक्टो. १६७६) रायगडावर अशी परिस्थिती निर्माण झाली होती की, संभाजीराजांना तिथे ठेवणे हे अधिक काळजीचे (की धोक्याचे?) होते. संभाजीराजे, सोयराबाई व प्रधान यांचे संबंध इतके ताणले गेले होते की, राजधानीतून युवराजाने बाहेर पडावे हेच राज्याच्या व त्याच्या हिताचे होते. तथापि बेंद्र्यांचा 'ब्रह्मनिष्ठे'चा सिद्धान्त मान्य होण्यासारखा नाही. "ब्राह्मण म्हणून कोण मुलाहिजा करू पाहतो?" असा खडा सवाल विचारणाऱ्या या राजाने आपल्या ब्रह्मनिष्ठत्वापायी कोणा ब्राह्मण प्रधानास शिरजोर होऊ दिले असेल व त्यायोगे आपल्या पुत्रावर अन्याय केला असेल, असे वाटत नाही.

रायगडावरील तणावग्रस्त परिस्थिती राणी सोयराबाई व तिचे पाठीराखे प्रधान मोरोपंत पेशवे, आण्णाजी दत्तो सचिव, राहुजी सोमनाथ इत्यादींनी निर्माण केली होती हे उघड आहे. प्रारंभी सुप्तावस्थेत असणारा सोयराबाईचा आपल्या पुत्राच्या राज्याविषयीचा लोभ आता उघड प्रकट झाला होता. माझ्या पुत्रास महाराष्ट्र देशीचे राज्य द्या आणि संभाजीराजाची काही अन्य व्यवस्था करा, असा हट्टच धरून सोयराबाई बसली असावी असे दिसते. अनुपुराणात या प्रसंगाचे मोठे नाट्यमय वर्णन आलेले आहे. त्यातील नाट्य सोडून दिले, तरी सोयराबाईची आपल्या पुत्राच्या राज्यासंबंधीची मागणी ही गोष्ट सत्य होती. प्रारंभीच्या धुसफुशीचे रूपांतर लवकरच उग्र स्वरूपाच्या गृहकलहात व्हायला उशीर लागला नाही. इतका, की शिवाजी महाराजांनाही या गृहकलहाची दखल उघडपणे घ्यावी लागली असावी. राजारामाची काहीतरी सोय करायला हवी, असे त्यांनाही वाटू लागले असावे, असे मानण्यास जागा आहे. अनुपुराणात पिता-पुत्रात झालेला संवाद दिलेला आहे. तो या बाबतीत थोडाबहुत मार्गदर्शक ठरतो :

शिवाजी महाराज :- "उतारवयामुळे मला स्वराज्याचे रक्षण करणे जड जात आहे. तरी हे राज्य मी तुला देतो. राज्यातील कोणताही भाग तुझ्या सावत्र भावाला देणार नाही. त्याच्यासाठी मी नवीन राज्य जिंकेन. म्हणजे तुम्हा दोघांना स्वतंत्रपणे राज्य करता येईल. राजाराम लहान आहे. तो मला प्रिय आहे. तो स्वत: राज्य

भोगावायास मागत नाही. तुझे गुण मोठे आहेत. पृथ्वी मी तुझ्या ताब्यात देण्यास तयार आहे. खरे म्हणजे राज्य एकाचेच होऊ शकते. जशी शरीराची वाटणी होऊ शकत नाही, तशीच राज्याची वाटणी होऊ शकत नाही. हे राज्य कोणातरी एकालाच दिले पाहिजे. मी दुसरे राज्य जिंकून येईपर्यंत तू रायगडाला सोयराबाईच्या सहवासात न राहता शृंगारपूरला राहून प्रश्नावली सुभ्याचा कारभार पाहा.''

संभाजीराजे :- ''आमचे दैव हेच आमच्या सुख-दु:खाचे कारण आहे. त्याला आई-बाप कोणी जबाबदार नाहीत. तुम्ही नसलात, तर स्वराज्यात माझे मन रमणार नाही. तुम्ही येथेच राहा. तुम्ही असलात म्हणजे बरे. वाटणीची कल्पना चूकच आहे. व्यवहाराला धरून नाही. बापाजवळ राज्य मागणारा पुत्रच नव्हे.''[२३]

उपरोक्त उताऱ्यावरून असे दिसते, की शिवाजी महाराजांना राज्याचे विभाजन मुळातच मान्य नव्हते. त्यासाठी त्यांनी राजारामासाठी वेगळेच राज्य निर्माण करण्याचा पर्याय शोधून काढला असे दिसते; पण सोयराबाई आपल्या पुत्रासाठी महाराष्ट्र देशीचे राज्य मागत होती आणि महाराज कर्नाटक देशीचे भावी राज्य त्यास देतो, असे म्हणत होते.

अशा प्रकारे राज्यविभाजनाचा प्रस्ताव सन १६७५-७६ या कालखंडातच रायगडावर चर्चिला गेला आणि शिवाजी महाराजांनी थोड्या नाराजीने का होईना पण त्यास आपली संमती दिली. असे वाटते, की पिता-पुत्राच्या बेबनावाला इथूनच सुरुवात झाली. संभाजीराजास राज्याचे विभाजनच मंजूर नव्हते; कारण महाराज कर्नाटकात जे जिंकणार होते, तोही मराठी राज्याचाच एक भाग बनणार होता.

स्वराज्याच्या या अंतर्गत राजकारणात प्रधानांची भूमिका काय होती? युवराज संभाजीराजांस विरोध करण्याची व राणी सोयराबाईचा पक्ष उचलून धरण्याची होती. शिवाजी महाराजांच्या पठडीतील मोरोपंत, आण्णाजी दत्तो, राहुजी सोमनाथ, प्रल्हाद निराजी, बाळाजी आवजी या ज्येष्ठ अधिकाऱ्यांनी युवराजाच्या विरोधात का जावे, याचे उत्तर वरवर जरी गूढ वाटले, तरी त्याची उकल मानसशास्त्रीय दृष्टीने होऊ शकेल असे वाटते. युवराज व प्रधान यांच्यामधील संघर्ष हा 'दोन पिढ्यांतील अंतर' (Generaion Gap) या तत्त्वानुसार सुरू झाला असावा.

शिवाजी महाराजांच्या आदेशानुसार संभाजीराजे जेव्हा कारभारात लक्ष घालू लागले, तेव्हापासून संभाजीराजे-प्रधान यामधील वितुष्टास सुरुवात झाली असावी. आम्ही एवढे कर्तबगार, महाराजांनी आमच्यावर एवढा विश्वास दाखवून कार्ये करून घेतली, प्रतिष्ठेने वागविले आणि हा कालचा पोर आम्हास शिकवितो ही ज्येष्ठ पिढीतील प्रधानांची भावना त्यांचा अहंभाव वाढविण्यास व पुढे संभाजीराजांशी शत्रुत्व करण्यास कारणीभूत झाली असावी. याउलट आपण युवराज. राज्याचे वारसदार. हे प्रधान झाले म्हणून काय झाले? ते राज्याचे (आपले) चाकरच. आपला

हुकूम त्यांनी मानलाच पाहिजे, हे १७/१८ वर्षांच्या तरुण युवराजाचे अपरिपक्व विचारही प्रधान दुरावण्यास कारणीभूत झाले असावेत.

एखाद्या प्रधानाने युवराजाच्या इच्छेप्रमाणे न वागण्याचा केलेला आज्ञाभंग किंवा महाराजांकडे केलेली एखादी तक्रार अशा साध्या प्रकरणातूनही या वितुष्टाला प्रारंभ झाला असेल. "संभाजी ज्येष्ठ व शिकलेला आहे. मी आणि इतर लोकांनी त्याचा अपमान करू नये अशी माझी इच्छा आहे. संभाजी प्रतापी आणि स्वतःच्या बुद्धीने चालणारा असल्याने ते मंत्र्यांना सहन होत नाही." हे शिवाजी महाराजांच्या तोंडी अनुपुराणकर्त्याने घातलेले उद्गार खरे असोत किंवा कल्पित; पण एवढे खरे दिसते की, प्रधानांकडून युवराजाची अवज्ञा व युवराजाकडून प्रधानांचा उपमर्द खात्रीनेच झाला असला पाहिजे; त्याशिवाय प्रकरण एवढ्या इरेला पडणे शक्य नव्हते.

याच वेळेला प्रधानांसमोर आपले भवितव्य उभे राहिले असणे स्वाभाविक होते. ज्याचे बापाच्या हयातीत आपल्याशी पटत नाही, तोच उद्या राज्याधिकारी झाला तर आपली काही धडगत नाही, या विचाराने ते अस्वस्थ झाले असणार. अशा परिस्थितीत दुखावलेले-धास्तावलेले प्रधान आणि राज्यलोभाने ग्रस्त झालेली राणी सोयराबाई यांचा रायगडावर एक गट तयार झाला असावा. सोयराबाईची राज्याची महत्त्वाकांक्षा या प्रधानांनी अधिक फुलविली असावी; कारण ही मंडळी वयोवृद्ध, राजकारणी व बुद्धिमान होती. त्यामानाने सोयराबाई ही परिपक्व बुद्धीची व दूरदृष्टीची स्त्री होती असे वाटत नाही. राज्यातील प्रधान आपल्या बाजूस आहेत, हे पाहिल्यावर तिलाही आपल्या कारवाया करण्यास अधिक चिथावणी मिळाली असावी. अशा प्रकारे कुटिल राजकारणी प्रधान व मत्सरग्रस्त राणी एकत्र आल्यानंतर या दोहोंच्या समान प्रतिस्पर्ध्यास-संभाजीराजास हतबल करण्यासाठी अनेक डावपेच लढविणे आवश्यक ठरले. संभाजीराजांचे चारित्र्यहनन हा अशाच एका डावपेचाचा भाग असावा. राजकारणातील सत्तास्पर्धेत प्रतिपक्षाचे चारित्र्यहनन करून त्यास बदनाम करण्याची अनेक उदाहरणे आपणास अगदी अलीकडच्या इतिहासातसुद्धा सापडू शकतील. संभाजीराजांच्या चारित्र्याविषयी ज्या अनेक दंतकथा अथवा अफवा त्यांच्या हयातीत निर्माण झाल्या, त्यांचा शोध या कुटिल राजकारणाच्या पार्श्वभूमीवर घेतला तर मग खाफीखान, मनुची आदींच्या कानापर्यंत जाऊन पोहोचलेल्या संभाजीराजांच्या 'इष्काच्या' कथा मुळातच कोणी निर्माण केल्या असतील, याचा अंदाज बांधता येतो.

संभाजीराजे दिलेरखानास (मोगलास) का मिळाले?

शिवचरित्राप्रमाणेच संभाजीचरित्रातही अनेक प्रश्न अनुत्तरित राहतात. शिवाजी-संभाजी चरित्रातील असाच एक प्रश्न म्हणजे शिवाजी महाराजांनी कर्नाटक स्वारीत

आपल्या बरोबर संभाजीराजांस का नेले नाही? या स्वारीत पिता-पुत्र एकत्र असते, तर पुढे एकमेकांत गैरसमज होऊन जो बेबनाव निर्माण झाला तो कदाचित उत्पन्न झाला नसता; कर्नाटकात युवराजाच्या पराक्रमासही वाव मिळाला असता; त्याचे मन कलुषित होण्याचा प्रसंगही आला नसता. आग्ऱ्यास बादशहाला भेटण्यास जाणे धोक्याचे होते; पण हा धोका पत्करूनही स्वराज्याच्या या एकमेव वारसदारास घेऊन महाराज आग्ऱ्यास गेले. असे वाटते की, आग्ऱ्याच्या प्रसंगाहून कर्नाटक स्वारीच्या प्रसंगी महाराजांनी युवराजास बरोबर घेणे अधिक गरजेचे होते.

शृंगारपुरी संभाजीराजांचे वास्तव्य पावणेदोन वर्षे घडले. एवढ्या अवधीत बऱ्याच काही घटना घडून आल्या. शृंगारपूर-संगमेश्वर भागात शाक्तपंथीयांची वसती आणि प्रभाव होता. शाक्तपंथीयांचा मुख्य गुरू शिवयोगी याची मठी शृंगारपुरीच होती.[२४] कवि कलशही याच कालात शृंगारपुरी होता असे दिसते. याच कालात संभाजीराजे शाक्तपंथीयांच्या प्रभावाखाली गेले आणि शाक्तपंथीय कवि कलशाला मुख्य सल्लागार म्हणून युवराजाच्या अंतर्गत वर्तुळात स्थान मिळाले. कवि कलशाने पुढे पुढाकार घेऊन युवराजाचा 'कलशाभिषेक' घडवून आणल्याच्या घटनेवरून त्याचे महत्त्व या दरम्यान किती वाढले होते, हे दिसून येते.

शिवाजी महाराजांच्या राज्याभिषेक प्रसंगीच रायगडावर वैदिकपंथीय व शाक्त-पंथीय यांचा संघर्ष झालेला दिसतो. हा संघर्ष विकोपास जाऊ नये म्हणून महाराजांनी शाक्तपंथीय निश्चलपुरी गोसाव्याकडून आपला दुसरा तांत्रिक राज्याभिषेक करून घेतल्याचेही प्रसिद्ध आहे. पहिल्या राज्याभिषेकाच्या वेळी रायगडावर या शाक्त-पंथीयांना वैदिक पंडितांकडून चांगली वागणूक मिळालेली नव्हती. शिवाजी महाराजांचे सर्व प्रधानही वैदिक धर्माभिमानी असल्याने त्यांनीही या पंडितांची बाजू घेतली असावी. पुढे दुसरा राज्याभिषेक केला गेल्यावर दोन पंथांमधील वाद वरवर जरी मिटला गेल्यासारखे वाटले, तरी त्यांच्यामधील संघर्ष धुमसतच राहिला. आता मराठी राज्याचा युवराजच शाक्तांच्या प्रभावक्षेत्रात येऊन राहिल्यावर आणि रायगडावरील वैदिक धर्माभिमानी प्रधानांनी त्याच्या विरोधात गट निर्माण केल्याचे समजल्यावरून शाक्तांनी त्याचा फायदा उठविणे स्वाभाविक होते. वैदिक धर्माभिमानी प्रधानांचे विरोधक म्हणून शाक्तपंथीयांबद्दल युवराजाला आस्था वाटणेही शक्य होते. हळूहळू या आस्थेचे रूपांतर आकर्षणात होऊन युवराज शाक्तपंथीयांच्या प्रभावाखाली गेला असावा. याच काळात रायगडावरील कारभारात व राजकारणात राणी सोयराबाई व प्रधान यांचा प्रभाव निर्माण झाला असला पाहिजे. युवराजाची अनुपस्थितीही त्यांच्या पथ्यावर पडली असावी.

या सुमारास दक्षिणेच्या मोगल सुभेदारीवर दिलेरखान हा पठाण सरदार आहे. तो पराक्रमी तर आहेच, पण कुटिल राजकारणी आहे. त्याला मराठी राज्यातील या

बेदिलीचा सुगावा लागण्यास फारसा विलंब लागला नसावा. युवराज संभाजीराजांच्या मनातील वादळी विचारांचा, इच्छा-महत्त्वाकांक्षेचा अचूक वेध घेऊन त्याने त्याच्याशी संधान बांधले आणि त्याने मोगली गोटास येऊन मिळावे म्हणून सातत्याने प्रयत्न चालविले. मोगलांना येऊन मिळाल्याने कसा फायदा आहे, याचेही स्वप्न त्याने युवराजासमोर उभे केले असले पाहिजे. प्रारंभी संभाजीराजांच्या मनाची चलबिचल झाली असावी; पण दिलेरखानाच्या सततच्या पाठपुराव्याने ते मोगलांना मिळण्याच्या निर्णयाकडे झुकत गेले असावेत.

मोगलांना मिळण्यापूर्वी संभाजीराजांच्या मनात To be or not to be चे द्वंद्व निर्माण झाले असलेच पाहिजे. प्रभावली सुभ्याचा कारभार आपल्या हाती देऊन मोठ्या विश्वासाने आपला पिता दूर कर्नाटक प्रांती गेला असता, त्याच्या गैरहजेरीत शत्रूस मिळण्याचे धाडस संभाजीराजांना होत नव्हते. दिलेरखानाशी चाललेला पत्रव्यवहार निर्णायक अवस्थेस येऊन पोहोचला असता जी उभयपक्षी संदेशांची देवाणघेवाण झाली आहे, तिच्यावरून संभाजीराजांच्या या वेळच्या मनातील विचारांची कल्पना येते. दिलेरखान पत्रात लिहितो :

"औरंगजेबाला सह्याद्री जिंकावयाचा आहे. त्यासाठी तो तुझी अपेक्षा करतो आहे; तुझ्याशी संधी करण्याची इच्छा करीत आहे. तू आमच्याकडे यावेस म्हणून औरंगजेबाने तुझ्यासाठी सैन्य, संपत्ती व पत्र दिले आहे. तू शृंगारपुराला स्वस्थ काय बसला आहेस? औरंगजेब येण्यापूर्वी तू आणि मी सह्याद्री जिंकू."

... या पत्रास संभाजीराजांनी उत्तर धाडले : "हा देश माझ्या हातात टाकून वडील दूर गेले आहेत. तो देश मला तुझ्या हातात देववत नाही. माझ्या पराक्रमाने मी नवीन मुलूख जिंकून औरंगजेबाचे समाधान करू शकेन."[२५] संभाजीराजांच्या या उत्तरावरून अद्यापि त्यांचे मन निर्ढावलेले नाही; मोगलांस मिळण्याचा त्यांचा विचार अद्यापिही शंभर टक्के झालेला नाही; पित्याच्या आगमनाची ते प्रतीक्षा करताहेत, असे दिसते.

एप्रिल-मे १६७८च्या सुमारास शिवाजी महाराज कर्नाटक स्वारीहून महाराष्ट्रात आले; पण त्यानंतर त्यांची व संभाजीराजांची भेट झाल्याची नोंद उपलब्ध कागदपत्रांत नाही. यावरून या वेळी पिता-पुत्रांची भेटच झाली नाही, असे इतिहासकारांनी गृहीत धरले आहे. बेंद्र्यांनी असा तर्क केला आहे की, मोगली व आदिलशाही सैन्याच्या मोठ्या उलाढाली होत असल्यामुळे शिवाजी महाराजांस संभाजी राजांकडे लक्ष देण्यास अवसर मिळाला नाही व कदाचित निकडही भासली नसेल. तोपर्यंत पिता-पुत्रांची भेटही झाली नव्हती. एक तर संभाजीराजे बिकट प्रदेशात होते व पाऊसही सुरू झाल्याने वाटाही दुर्लंघनीय झाल्या होत्या.[२६]

तथापि बेंद्र्यांचा हा मुद्दा पटण्यासारखा नाही; कारण या कालातील शिवाजी

महाराजांच्या एकूण हालचाली पाहिल्यास असे दिसते की, महाराजांना संभाजीराजांची भेट घेण्यास बराच अवसर होता. या कालातील महाराजांच्या हालचाली शेजवलकरांनी दिलेल्या आहेत, त्या अशा :

१. ४ एप्रिल १६७८ ते १० मे १६७८ : महाराज कर्नाटकातून पन्हाळ्यावर. तेथून मौनीबुवाच्या दर्शनास पाटगावी. काही कालाने रामदास स्वामींच्या दर्शनास सज्जनगडावर.

२. ११ मे ते ५ जून १६७८ : महाराजांचे रायगडावर वास्तव्य.

३. ६ जून ते १० जून १६७८ : महाराजांची द. कोकणातील राजापुरास भेट.

४. ११ जून १६७८ ते २८ फेब्रु. १६७९ : महाराजांचे पन्हाळ्यावर वास्तव्य.[२७]

ज्या महाराजांना पाटगावच्या मौनीबुवांना अथवा सज्जनगडावरील रामदास स्वामींना भेटण्यास अवसर मिळतो व जे महाराज या कालात पन्हाळा-पाटगाव-सज्जनगड-रायगड-राजापूर-पन्हाळा अशा प्रदेशात वावरताना दिसत आहेत, त्यांना संभाजीराजांची भेट घेणे अथवा त्यांस आपल्या भेटीस बोलाविणे अवघड नव्हते. शिवाय स्वराज्यात चाललेल्या गृहकलहाच्या पार्श्वभूमीवर महाराजांसारखा जाणता राजा आपल्या नाराज झालेल्या पुत्रास न भेटता इतरच उद्योगात गुंतून राहील असे वाटत नाही. तात्पर्य, पिता-पुत्रांची भेट झाली असली पाहिजे; पण त्यात पुत्राचे समाधान झाले नसले पाहिजे.

यास काय कारण घडले असेल यासंबंधी उपलब्ध पुराव्याच्या आधारे तर्क बांधता येतो. कर्नाटक स्वारीहून परतल्यानंतर सोयराबाई आणि प्रधान यांनी महाराजांकडे संभाजीराजांविषयी अनेक तक्रारी केल्या असणार. त्यामध्ये अनुपुराणकर्ता म्हणतो त्याप्रमाणे प्रजेस अभय देऊन राज्याचा कर बुडविणे, अमात्यांचा अपमान करणे आणि सर्वांत धोक्याचे म्हणजे दिलेरखानाशी सूत जमविणे, या तक्रारी होत्या; पण संभाजीराजांना शृंगारपुराहून सज्जनगडावर पाठविणे हा काही यावर उपाय नव्हता. संभाजीराजांच्या मनातील समज-गैरसमज दूर करण्यासाठी पिता-पुत्रांची भेट होणे हाच उचित मार्ग होता. अशी भेट झाली असावी; पण त्यातून मार्ग निघाला नाही.

या भेटीत महाराजांनी सोयराबाई व प्रधान यांनी केलेल्या तक्रारीविषयी संभाजी-राजांना जाब विचारला नसेल असे नाही; पण मुख्य मुद्दा चर्चिला गेला असेल तो राज्यविभाजनाचा. याच मुद्द्यावर पिता-पुत्रांचा बेबनाव झाला असावा. महाराजांनी राज्यविभाजनाच्या संदर्भात संभाजीराजांसमोर कोणता मुद्दा मांडला असेल, हे अनुपुराणातीलच दुसऱ्या एका संदर्भावरून जाणता येते. तो संदर्भ असा की, कर्नाटकातील स्वारीहून परतल्यानंतर रायगडावर आपल्या प्रधानांना जवळ बोलावून महाराज म्हणतात –

"मी नवीन राज्य जिंकले आहे. आता पुढे काय करावे? ज्येष्ठ मुलाला राज्याचा मोठा भाग द्यावा, लहानाला लहान भाग द्यावा, असा सर्वसामान्य नियम आहे. राजाराम लहान असल्याने त्याला लांब ठेवणे योग्य वाटत नाही. तेव्हा मी जिंकलेल्या लांबच्या प्रदेशात (कर्नाटक) संभाजीला पाठवावे. याला तुमची संमती असेल तर मी ते करीन."[२८] अनुपुराणकर्त्याने, हा प्रस्ताव महाराजांनी प्रधानांमुळे मांडला, असे म्हटले आहे. आम्हास असे वाटते की, हा प्रस्ताव पिता-पुत्राच्या भेटीत पुत्रासमोर मांडला गेला असावा; निदान हा प्रस्ताव पत्ररूपाने तरी महाराजांनी आपल्या पुत्राकडे पाठविला असावा, एवढे तरी गृहीत धरावयास हरकत नाही.

कर्नाटक स्वारी हाती घेण्यापूर्वी महाराज म्हणत होते की, महाराष्ट्र देशीचे राज्य तुम्हास देतो आणि कर्नाटकीचे नवे राज्य राजारामासाठी जिंकून येतो; आणि आता तर कर्नाटकीचे राज्य तुम्ही घ्यावे आणि महाराष्ट्र देशीचे राज्य राजारामास देतो, असा एकदम उलटा प्रस्ताव आपणासमोर मांडतात, याचा राग संभाजीराजांस येणे स्वाभाविक होते. (सभासद असा प्रस्ताव संभाजीराजे दिलेरखानाकडून आल्यावर पन्हाळ्याच्या भेटीत महाराजांनी त्यांच्यासमोर मांडला असे म्हणतो; पण तसे नसून तो दिलेरखानाकडे जाण्यापूर्वीच मांडला गेला असावा.)

प्रसिद्ध इतिहासकार सर जदुनाथ सरकारांनी महाराजांच्या या प्रस्तावास 'a very understandable division of his empire असे म्हणून अशा प्रकारचे राज्यविभाजन त्यांनी का सुचविले असेल, याचे यथार्थ विवेचन केले आहे. सरकार म्हणतात : 'In 1678 Shivaji proposed a very understandable division of empire-the homeland of Maharashtra with its long – settled peaceful territory and resident families of hereditary faithful ministers and generals, was to go to Rajaram, a delicate boy of eight,... The newly annexed country of the Karnatak (Jinji-Vellore) could more reasonably be Sambhaji's share, because the half – subdued condition of the province demanded a vigorous grown-up sovereign to keep hold of it, and for such a task Sambhaji was beyond the question the fittest prince, and Rajaram was unthinkable.'[२९]

कर्नाटकचे नव्याने जिंकलेले राज्य अद्यापि स्थिर व्हायचे होते. तेथील मदुरा, म्हैसूर इत्यादी ठिकाणांचे नायक, तंजावरचे व्यंकोजीराजे भोसले आणि सीमेवर असणारी आदिलशाही व कुतुबशाही राज्ये, याशिवाय जिंकलेल्या प्रदेशातील पराभूत नायक-पाळेगार या सर्वांना दबावाखाली ठेवण्यासाठी संभाजीराजांची महाराजांनी केलेली निवड सर्वस्वी योग्य अशीच होती. कर्नाटकात जाऊन तिथे राज्य निर्माण केल्यानंतर महाराजांच्या नजरेत ही गोष्ट आली असावी आणि म्हणूनच त्यांनी

पूर्वीचा आपला निर्णय बदलून कर्नाटकचे राज्य संभाजीराजांना द्यावे, असा फेर निर्णय घेतला असावा;

पण असा निर्णय घेण्यात महाराज आपल्यावर अन्याय करीत आहेत; सापत्न वागणूक देत आहेत; सावत्र माता व प्रधान यांच्या सांगण्यावरून पूर्वग्रहदूषित मनाने ते आपणास दूर पाठवीत आहेत, अशा प्रकारचे विचार संभाजीराजांच्या मनात आले असले पाहिजेत. महाराजांची आपल्यावर माया आहे; पण सावत्र माता व प्रधान यांच्या कुटिल डावपेचात ते फसले आहेत, अशीही त्यांची भावना झाली असावी.

वास्तविक शिवाजी महाराज हा एक असा राजा होता की, जो आपल्या राज्याच्या अगर पुत्राच्या हितास मारक ठरेल असा निर्णय घेणेच अशक्य होते. राणीचे अगर प्रधानांचे ऐकून संभाजीराजांवर त्यांनी अन्याय केला असेल असे वाटत नाही; पण संभाजीराजे समज-गैरसमजाच्या गुंत्यामध्ये अडकून पडले होते. एका गैरसमजातून दुसरा गैरसमज अशा प्रक्रियेत सापडून संताप व अविवेक यांच्या भरात दिलेरखानास जाऊन मिळण्याचा त्यांच्या हातून अक्षम्य गुन्हा झाला!

बेंद्र्यांनी त्यांच्या कृत्यास 'अविचारी आत्मयज्ञ' म्हटले आहे; तर सेतुमाधवराव पगडींनी त्याचे वर्णन 'बेजबाबदारपणाचे कृत्य' असे केले आहे. संभाजीराजांच्या या कृतीचे समर्थन कोणीही इतिहासकार करू शकणार नाही!

युवराज संभाजीचे प्रा. कानेटकरकृत मनोविश्लेषण

संभाजीराजे दिलेरखानाच्या गोटात जाण्याच्या सुमारास त्यांच्या मनात कसे विचार होते, विशेषत: शिवाजी महाराजांच्या संदर्भात त्यांची भावना कशी होती, याविषयी प्रा. वसंत कानेटकरांनी मानसशास्त्रीय चर्चाचिकित्सा केलेली आहे.[३०] त्याची दखल इथे घेतल्यास अप्रस्तुत होणार नाही. संभाजी महाराजांच्या कारकिर्दीची, विशेषत: त्यांच्या युवराज कालातील जीवनाची, मनोविश्लेषणात्मक चिकित्सा झाली पाहिजे; हा प्रा. कानेटकरांचा दृष्टिकोन रास्त आणि शास्त्रीय आहे; पण अशा प्रकारचे मनोविश्लेषण करीत असताना त्यांनी घेतलेला साधनांचा पायाच कच्चा असल्याने त्यावरील त्यांची मनोविश्लेषणाची इमारत डळमळीत होऊ लागते.

प्रा. कानेटकरांनी संभाजी महाराजांची दोन रूपे मानली आहेत. पहिले युवराज संभाजीराजे व दुसरे छत्रपती संभाजी महाराज. युवराज कालातील संभाजीराजांच्या दुर्वर्तनाची चिकित्सा करताना त्यांनी म्हटले आहे : ''कुमार वयात आडमुठ्या मनाला सरळ गोष्टींचेही विपरीत बोध होतात आणि मातृविहीन मुलाच्या मनाला असुरक्षिततेच्या गंडाने पछाडले म्हणजे घरीदारी शत्रूच दिसू लागतात. कुमार वयात सोयराबाईचा सावत्रपणाचा जाच शंभूराजांना छळीत असलाच पाहिजे... परमानंदाच्या काव्यात शंभूराजांनी दिलेरखानास लिहिलेल्या म्हणून ज्या पत्राचा अनुवाद रियासतकारांनी

केलेला आहे, त्यातील काही ओळी तर खूपच मोठा प्रकाशझोत टाकून जातात. 'माझ्या बापाचे अंत:करण सर्वथा सावत्र मातेने ग्रासून टाकले आहे. मला बापच नाही म्हणा ना. स्वत:ची माता तर मला नाहीच. शनीची माझ्यावर वक्रदृष्टी चालते आहे. मोरोपंतादी दुष्ट प्रधान माझा उच्छेद करण्यासाठी टपले आहेत. हे राक्षस मला दृष्टीसमोर नकोत...' यातले प्रत्येक वाक्य महत्त्वाचे आहे.''

''तरुण होण्याच्या उंबरठ्यावर संभाजीराजांना (१) पित्याबद्दल, (२) सावत्र मातेबद्दल, (३) मोरोपंतादी प्रधान मडंळाबद्दल काय वाटत होते आणि शिवाय शनीच्या वक्रदृष्टीबद्दल सांगताना संभाजीराजे किती भाविक, श्रद्धाळू होते हेही स्पष्ट झाले आहे. (संगमेश्वराला देवीच्या अनुष्ठानाला बसलेल्या आणि हेरांनाच बेखबरी ठरवणाऱ्या संभाजीराजांच्या अखेरच्या आत्मघातकीपणाची बीजे इथे दृष्टीस पडत असावीत काय?) कौमार्यावस्थेच्या अखेरीस आणि तरुणपणाच्या उंबरठ्यावर राजे असतानाच, जर त्यांना इतक्या विविध प्रकारचे मनोगंड जडले असतील, तर भांग आणि दारू यासारख्या व्यसनांच्या आणि स्त्रीबद्दलच्या अभिलाषेच्या मोहाला ते बळी पडावेत, यात नवल काहीच नाही. पिता सतत कार्यमग्न, डोळस नजर व कोणाही वडीलधाऱ्याचा धाक नाही, लाड फार झालेले, रूप देखणे, वृत्ती रंगेल आणि या सर्वांची परिणती राजांच्या दुर्वर्तनात झाली नसती तरच ते आश्चर्य ठरले असते.''[३१]

प्रा. कानेटकरांनी अनुपुराणकर्त्याने संभाजीराजांच्या तोंडी घातलेल्या या चार वाक्यांच्या उद्‌गाराच्या आधारे 'युवराज शंभूराजांच्या' मानसिक जडणघडणीची व चारित्र्याची खोलवर जाऊन मानसशास्त्रीय चिकित्सा केली आहे. युवराजाचे आपल्या सावत्र मातेबद्दलचे व प्रधानांबद्दलचे तथाकथित उद्‌गार अनुपुराणातील इतर अनेक संदर्भांशी जुळतात; पण ''मला बापच नाही म्हणा ना'' हा उद्‌गार कुठेच जुळत नाही.

सरदेसाईंनी दिलेल्या संभाजीराजांच्या या उद्‌गाराचा शोध आम्ही त्यांच्या रियासतीत घेतला; पण तेथे ते सापडले नाहीत. म्हणून खुद्द प्रा. कानेटकरांकडे विचारणा केल्यावर त्यांचे उत्तर आले : ''गो. स. सरदेसाई यांनी शालेय मुलांसाठी 'राजा शिवाजी' नावाचे पुस्तक लिहिले आहे. त्यात एका प्रकरणाला 'भयंकर उद्वेग' नाव दिले आहे. त्याचा प्रारंभच मुळी या परिच्छेदाने झाला आहे. तो वाचूनच मी 'रायगडात...' शिरलो. बाकी तुमचे धोरण मला मान्य आहे. याची (या विषयाची) चर्चा व्हावी हीच माझी इच्छा आहे.'' (१५. १०. १९८९)

अनुपुराणात शोध घेता असे आढळून आले की, औरंगजेबाच्या आदेशानुसार दिलेरखानाने संभाजीराजास आपल्या बाजूस आणण्यासाठी जे पत्र लिहिले, त्याला उत्तर म्हणून संभाजीराजांनी एक गुप्त पत्र पाठविले. (या पत्राचा उल्लेख मागे येऊन

गेला आहेच.) इथे आम्ही पत्राचा पूर्ण अनुवाद देत आहोत. संभाजीराजे दिलेरखानास लिहितात :

"माझ्या हिताची म्हणून तुम्ही जी गोष्ट सांगितली ती तशी घडून येईल, याहून वेगळे नाही, असे माझ्या मनात आहे. आपल्या पत्रातून मला असे दिसून आले की, सर्वांची मने एकच असतात; परंतु ज्या प्रदेशाची जबाबदारी माझ्यावर सोपवून दुसरा प्रदेश जिंकण्यासाठी अगदी बिनधास्तपणे माझे वडील निघून गेले आहेत, ते इथे परत येईपर्यंत मी आपण सुचविलेली मोहीम स्वीकारू शकत नाही. आपल्या हिताकडे दुर्लक्ष करून मी माझ्या वडिलांची आज्ञा मोडणार नाही; परंतु आपल्या पराक्रमाने जिंकलेल्या वैभवाने मी त्यांना संतुष्ट करीन. स्वतःची खरी योग्यता स्वीकारण्यात परिश्रम कसले? आणि दिल्लीपती माझ्या बाजूस आल्यावर काय सांगावे? (ही चांगलीच गोष्ट आहे.) माझ्या बाजूचे म्हणून आपण मला पाठविलेले पत्र आपल्या प्रेमाचे प्रतीक आहे. मैत्रीच्या बाबतीत आधार आहे. आपण आपल्या पत्रामध्ये 'आपला' असे संबोधून स्नेह जुळविला आहे. तो स्नेह प्रत्यक्षात साकार होईल अथवा नाही, याबद्दल मुळीच संशय नको."[३२]

उपरोक्त पत्रात सरदेसाईंनी दिलेल्या त्या चार उद्‌गारांची नावनिशाणीही नाही. उलट मनात चलबिचल झाली असली, तरी वडिलांच्या गैरहजेरीत मी त्यांची अवज्ञा करून तुमच्याकडे येऊ शकत नाही, हे संभाजीराजाचे उद्‌गार त्यांच्या वडिलांविषयीच्या भावना काय होत्या हे दाखविणारे आहेत. अनुपुराणाचा थोडा अधिक शोध घेता असे दिसले की, दिलेरखानाच्या गोटात खान व संभाजीराजे यांच्यात जे संभाषण झाले, त्याच्या आधारावर सरदेसाईंनी संभाजीराजाचे हे उद्‌गार तयार केले आहेत. शालेय मुलांसाठीच त्यांनी 'भयंकर उद्वेग' हे गोष्टीवजा प्रकरण लिहिले असल्याने उद्‌गारांतील अर्थाविषयी ते फार घट्ट राहिले नसावेत. दिलेरखानाच्या गोटामध्ये खान व राजे यांच्यात झालेला संवाद असा आहे :

"शृंगारलेल्या हत्तीवर दिलेरखानासह संभाजीराजे बसले होते. त्या वेळी शंभूराजाकडे पाहून दिलेरखान म्हणाला, "इंद्रप्रस्थाच्या इंद्राने (औरंगजेबाने) असह्य असा सह्य प्रदेश तुला आक्रमण करण्यास सांगितले आहे. मग या प्रदेशाचे आधिपत्य तुलाच दिले जाणार आहे. ममतेच्या आधीन झालेल्या शिवाजीराजाचे राज्य मग तुझेच. जिंकण्याची इच्छा असलेल्या वीराने चांगल्या वाईटाचा विचार न करता जिंकत जावे. रावणाने वडील भावाशी, कुश-लवांनी रामाशी, इंद्राने असुरांशी, भीमाने दृष्टद्युम्नाला पुढे करून गुरू द्रोणाशी, अर्जुनाने शिखंडीला पुढे करून भीष्माशी, धर्मराजाने आपला मामा शल्याशी, सुग्रीवाने वालीशी, परशुरामाने भीष्माशी, बिभिषणाने रावणाशी, कार्तिकेयाने गणेशाशी, औरंगजेबाने शहाजहानशी युद्ध केले आणि राजपद मिळविले. जीवन क्षणभंगुर आहे म्हणून पराक्रमाने सत्ता मिळवावी. पराक्रम

नसलेल्यांचे नावसुद्धा ऐकू येत नाही. उद्योगाविना पराक्रम नाही. पराक्रमाविना कीर्ती नाही. कीर्तीविना लौकिक नाही. तुझ्यात अनेक गुण आहेत. पिता, माता, मित्र, बंधू, सावत्र भाऊ किंवा सखखा भाऊ कोणीही असोत, त्यांना आपल्या ताब्यात ठेवले पाहिजे ...''

'''हे ऐकून परशुरामाला पाहून रामाने जसे धनुष्य घेतले, तसे शंभूराजाने दोरी न चढविलेले धनुष्य घेतले आणि दलेलाचे रक्षण करण्यासाठी जणू त्याने बाण हवेत सोडला. तो दलेलास म्हणाला,''माझे अहित करणाऱ्या दुष्ट बुद्धीच्या लोकांना जिंकून मी विजय मिळवीन. तुझ्या मदतीने इंद्रपद मिळविण्यातसुद्धा मला कष्ट होणार नाहीत. तू सांगितलेली सर्व उदाहरणे ठीक आहेत. कल्पवृक्षाप्रमाणे सर्व इच्छा पुऱ्या करणाऱ्या तुझ्या आश्रयास मी आलो आहे. राज्य मिळविण्यासाठीचे माझे सर्व मनोरथ पुरे झाले आहेत. तुझ्यासारखा सत्य आणि हितकारक बोलणारा आणखी कोणी नाही. ममतेने (राणी सोयराबाई) मन ग्रस्त झालेल्या वडिलांनी मला दूर ठेवले आहे. सावत्र भाऊरूपी शनी माझ्यावर दुरूनच नजर ठेवतो. मोरोपंतादी दुष्ट मंत्री यांच्या सांगण्यावरून माझे माता-पिता जरी मोहममताग्रस्त झाले असले (कलीच्या प्रभावाने), तरी मला अत्यंत पूज्यच आहेत. प्रजेवर प्रेमाने, दुर्जनांना दंड देण्यासाठी, भ्रष्टाचारी सचिव व सेनापती यांना ताळ्यावर आणण्यासाठी माझे राज्य आहे ते मिळविण्यात श्रम कसले? पित्यानंतर वडील मुलगा राजा होतो हे सर्व जाणतात. मी ज्येष्ठ व गुणाने श्रेष्ठ आहे. तुझ्या मदतीने मी रात्रंदिवस शत्रूचा प्रदेश काबीज करीन.'' असे शंभूराजा दलेलास म्हणाला.''[३३]

उपरिनिर्दिष्ट परिच्छेदांमधील संभाजीराजांच्या सोयराबाई, प्रधान इ. विषयीच्या भावना सरदेसाईंनी दिलेल्या 'उद्‌गाराशी' थोड्याफार जुळतात; पण पित्याविषयी इथेही 'ममतेने मन ग्रस्त झालेल्या वडिलांनी मला दूर ठेवले आहे.'' एवढेच ते म्हणतात. ''मला बापच नाही म्हणा ना'' असे उद्वेगाचे उद्‌गार काढीत नाहीत. उलट दुष्ट मंत्र्याच्या सांगण्यावरून माझे माता-पिता मोहममताग्रस्त झाले असले तरी मला ते अत्यंत पूज्यच आहेत – (पूज्यतमौ मम) – असे ते म्हणतात. तसेच आकाशस्थ शनी ग्रहाविषयी नव्हे, तर रायगडस्थ सावत्रबंधूरूपी शनीविषयीच्या दुरून नजर ठेवण्याच्या (वक्र नजर नव्हे) भावनेविषयी ते बोलत आहेत. इथेच एकच नव्हे तर अनेक 'ध' चे 'मा' केले गेले आहेत, हे सुज्ञ वाचकांच्या ध्यानी येईलच.

मुळात अनुपुराण हे काव्य आहे. त्यातील कविकल्पना कोणत्या व इतिहास कोणता, याचा तारतम्याने विचार करूनच शिवाजी-संभाजीच्या व्यक्तित्वाविषयी चिकित्सा करावी लागेल, हा मुद्दा आम्ही मागे मांडलेलाच आहे. वरील काव्यातील दिलेरखानाच्या तोंडी रामायण, महाभारत इत्यादी ग्रंथांतील जी उदाहरणे घातली आहेत, त्यावरून खान कोणी हिंदुधर्मशास्त्रपंडित होता, असाही निष्कर्ष काढता

येईल; पण तो केवळ चुकीचाच नव्हे, तर हास्यास्पद ठरेल. अनुपुराणातील वरील प्रतिपादनात खानाचे पांडित्य ही कविकल्पना असली, तरी खान संभाजीराजांस आपल्या बापाविरुद्ध लढण्यास कसा उद्युक्त करीत होता व त्यास संभाजीराजे मराठी राज्यावरील स्वारी टाळून 'शत्रूचा प्रदेश' जिंकण्याची भाषा कशी करीत होते, याचा सर्वसाधारण बोध होऊ शकतो.

साहित्यिक कलाकृती निर्माण करण्याच्या कामी साहित्यिकांनी इतिहासकारांच्या ग्रंथांवर विसंबून राहिले, तरी चालण्यासारखे आहे; पण प्रा. कानेटकर यांच्यासारखे साहित्यिक जेव्हा इतिहासाची चर्चा-चिकित्सा करतात, तेव्हा त्यांनी ऐतिहासिक साधनांच्या मुळाशी जाणे आवश्यक आहे असे वाटते.

युवराज संभाजीराजे दिलेरखानाच्या गोटात

अनुपुराण सांगते की, शिवाजी महाराजांनी स्वतःच्या हाताने पत्र लिहून संभाजी-राजास कळविले, "तू प्रजेला अभय देतोस; पण प्रजा कर बुडवीत आहे. तू अमात्यांचा उघड अपमान करीत आहेस. तरी शृंगारपुराहून उठून तू सज्जनगडास जा."[३४]

महाराजांच्या आज्ञेप्रमाणे संभाजीराजे शृंगारपुराहून सज्जनगडावर आले - (सुमारे ऑक्टो. १६७८). गडावर या वेळी रामदासस्वामी नव्हते. कदाचित लवकरच येणारही असतील. गडावरील धार्मिक वातावरणात युवराजाचा राग शांत होईल, असेही महाराजांना वाटले असावे; पण वातावरणाच्या बदलाचा संभाजीराजांवर काही परिणाम झाला नाही. उलट दिलेरखानाला जाऊन मिळण्याचा त्यांचा विचार पक्का झालेला दिसतो.

अखेर साताऱ्याच्या पायथ्याशी कृष्णातीरी असलेल्या संगम माहुलीस तीर्थस्नानास जातो म्हणून त्यांनी सज्जनगडच्या किल्लेदाराचा निरोप घेतला. आणि माहुलीस पोहोचल्यावर आपल्या बरोबरीच्या सैनिक तुकडीस परत जाण्याचा आदेश देऊन म्हटले : "एष व्रजामि दिल्लीन्द्रवाहिनीमवगाहितुम् । एष्यामि च पुनः स्वीयं सह्याद्रि सहसार्दितुम्॥"[३५] (दिल्लीपतीच्या सैन्याला मिळण्यासाठी (अवगाहन) मी जात आहे. पुन्हा परत येईन तो आपल्या (स्वीयं) सह्याद्रीस तडकाफडकी जिंकण्यासाठीच (सहसार्दितुम) 'आर्दितुम्'चा शब्दश : अर्थ पीडा देण्यासाठी; पण इथे 'जिंकण्यासाठी' असाच अर्थ योग्य वाटतो. विशेषत : 'स्वीय सह्याद्रि' या वर्णनामुळे 'जिंकणे' हाच अर्थ अधिक अचूक ठरेल. बेंद्रे व डॉ. गोखले यांनीपण असाच अर्थ घेतला आहे;

पण प्रा. कानेटकरांनी 'आर्दितुम्' चा अर्थ 'उद्ध्वस्त' करण्यासाठी असा घेऊन संभाजीराजास धारेवर धरले आहे. ते म्हणतात,

"आता परत येईन ते हे राज्य उद्ध्वस्त करण्यासाठीच, हे संभाजीराजांचे परमानन्दाने सांगितलेले उद्गार ऐकल्यावर हा मुलगा या वयातसुद्धा परिपक्व झाला

नव्हता याचा आजही विषाद वाटतो.''[३६] शब्दांच्या अर्थाच्या छटा वरवर महत्त्वाच्या वाटत नसल्या, तरी त्यातील एखादी छटा इतकी तीव्र असते की संबंधित माणसाचे सर्व व्यक्तित्वच बदलून टाकू शकते. संभाजीराजा परत येणार ते सह्याद्री 'जिंकण्यासाठी' की 'उद्ध्वस्त' करण्यासाठी? आपण कोणता अर्थ स्वीकारणार, यावर संभाजीराजाची वृत्ती ठरणार आहे.

अगदी याच अनुपुराणाचा आधार घेऊन सांगायचे झाल्यास असे म्हणता येईल की, पुढे सह्याद्रीला जिंकण्याचा संभाजीराजाचा विचार मागे पडला असून, ते राज्य माझेच आहे, ते मिळविण्यात श्रम कसले, असे विचार संभाजीराजांच्या मनात येऊ लागले होते. एवढेच नव्हे तर 'शत्रूचे राज्य' जिंकून आपल्या अंगचा पराक्रम आपल्या पित्यास दाखवू असाही त्यांच्या मनातील विचार त्यांचे दिलेरखानाशी जे संभाषण झाले त्यावरून दिसून येतो. मग माहुली तीर्थक्षेत्री काढलेल्या त्या 'सह्याद्रीला जिंकण्यासाठी परत येण्याच्या' उद्‌गाराचा अर्थ काय लावायचा? असे वाटते, की माहुलीवरचे उद्‌गार उद्वेग व संताप यांच्या भरात संभाजीराजांनी काढले असावेत; पण संतापाची भावना हळूहळू शांत होत गेली, असेच पुढे त्यांच्या बदललेल्या विचारावरून दिसते.

इथे एक महत्त्वाचा मुद्दा उपस्थित होतो, की युवराज संभाजीराजे व दिलेरखान यांच्या दरम्यान जो करार झाला होता त्याचे स्वरूप काय होते? संभाजीराजे मोगलांचे मनसबदार-चाकर म्हणून तिकडे गेले होते काय? मोगलांकडून त्यांची काय अपेक्षा होती? मोगलांनी त्यांना पंचहजारी मनसब दिली असली, तरी संभाजीराजे स्वत:ला मोगालांचा चाकर न समजता एक स्वतंत्र 'दोस्त' असे समजत असावेत.

सर जदुनाथ सरकारांनी या मुद्द्यावर थोडाबहुत प्रकाश टाकला आहे. 'There was no talk of annexing Maharashtra to the Mughal Empire; Dilir's support was to be purchased merely by Sambhaji agreeing to a policy of friendly alliance with the Government of Mughal Deccan, exactly as Shahu did in 1718. The contemporary English factory letters and Persian histories prove that Sambhaji in the Mughal viceroy's camp did not consider himeself as a servant of Dilir, but as an independant and equally.'[३७]

अद्यापि दक्षिणेत आदिलशाही व कुतुबशाही व त्यांच्याही दक्षिणेला छोट्या-मोठ्या नायकांची राज्ये अस्तित्वात होती. दक्षिणेतला प्रदेश जिंकण्याचे मोगलांचे कार्य सतत चालूच होते. अशा वेळी मोगलांच्या सहकार्याने दक्षिणेत ह्या शाह्यांचा प्रदेश जिंकून काही पराक्रम करून दाखववा, ही ऊर्मी मोगलांना जाऊन

मिळण्यामागे असावी.

सेतुमाधवराव पगडींनीही हाच विचार मांडला आहे. ते म्हणतात : ''पुढे संभाजी-दिलेरखान यांच्यातील उडालेला खटका पाहता असे दिसते, की आपल्यावर, मराठी राज्यावर हल्ला करण्याचा प्रसंग येणार नाही; विजापूर, गोवळकोंडा इत्यादी प्रदेशांत आपल्याकडून कामगिरी घेण्यात येईल, अशी संभाजीराजांची अपेक्षा असावी. पण मोगलांच्या जाळ्यात एकदा अडकल्यावर त्यांच्या अपेक्षांना मर्यादा पडल्या.''३८

मोगली गोटात संभाजीराजास काही स्वतंत्र कामगिरी सांगितली गेली तर नाहीच, उलट त्यास पुढे करून दिलेरखानाने मराठी राज्याच्या सीमेवर असणाऱ्या भूपाळगडावर हल्ला चढविला. फिरंगोजी नरसाळ्याने गड शर्थीने लढविला, तरी तो अखेर पडलाच. खानाने गडावरील ७०० मराठ्यांचे हात तोडले आणि गड जमीनदोस्त करून टाकला! असे वाटते, की संभाजीराजांचा खानाशी बेबनाव इथून सुरू झाला असावा; कारण मराठी राज्यात पुढे घुसून मोगली सैन्य पन्हाळ्यास वेढा देणार, अशा भूमका उठूनही दिलेरखान पुढे सरकला नाही.

इतिहासकार असे मानतात की, विजापूरच्या स्वारीत तिकोटा-अथणी वगैरे ठिकाणी मोगली सैन्यानी हिंदूंवर अत्याचार केल्यावर संभाजीराजांचे मतपरिवर्तन झाले असावे. आमच्या मते मोगलांच्या राजनीतीचे खरे स्वरूप त्यांना भूपाळगडावरच दिसून आले. स्वराज्यातील ७०० मराठ्यांचे हात कलम केल्याचे समजताच मराठी युवराजाचा क्रोधाग्नी भडकला असावा; मग खानाने त्याची कशीबशी समजूत घातली असावी.

या संदर्भात खुद्द संभाजीराजांनी दिलेल्या संस्कृत दानपत्रातील एक उल्लेख चिंत्य आहे : ''औरंगजेबाच्या घोडदळाचा प्रमुख दिलेरखान हा सात हजार घोडदळ आणि वैभव घेऊन भूपाळ दुर्ग घेण्यासाठी आला व त्याने (संभाजीराजापुढे) गुडघे टेकले असता३९ त्याने शंकराने तिसरा डोळा उघडून त्यातून अग्नी बाहेर टाकावा त्याप्रमाणे आपला क्रोध प्रकट केला.''४०

या अस्सल कागदातील उल्लेखावरून भूपाळगडावरच संभाजीराजांचे व दिलेरखानाचे बिनसले असावे व शेवटी दिलेरखानाने क्षमायाचना करून संभाजीराजांचा राग शांत केला असावा असा तर्क बांधता येतो. येथून पुढच्या मराठी राज्यावरील मोहिमेस संभाजीराजांनी विरोध केला असावा. या विरोधाचा परिणाम म्हणूनच स्वराज्यात घुसणारी ही मोहीम थांबवून खान संभाजीराजांसह औरंगाबादेस मुक्कामास गेला व पुढे पावसाळा संपताच त्याने विजापूरवरील मोहीम हाती घेतली - (सप्टेंबर १६७९).

युवराज संभाजीराजे पुन्हा स्वराज्यात

विजापूरवरील मोगली स्वारी अयशस्वी झाली. असे दिसते, की त्यानंतर दिलेरखानाच्या मनात मराठी राज्यात घुसून पन्हाळ्यावर हल्ला करावा, असा बेत होता. मार्गात अथणी, तिकोटा इत्यादी आदिलशाही मुलखाच्या गावांतील हिंदू प्रजाजनांवर मोगली सैन्याने अनन्वित अत्याचार केले. हिंदू प्रजेवर होणारे हे अन्याय-अत्याचार पाहून संभाजीराजास खान व त्याचे सहकारी यांच्याबद्दल तिरस्कार उत्पन्न होऊन त्यांनी त्यांची संगत सोडण्याचा निर्धार पक्का केला. खानाशी त्यांचा वाद अथवा भांडणही झाले असावे. कदाचित सभासद सांगतो त्याप्रमाणे संभाजीराजांस कैद करा, म्हणून औरंगजेबाचे फर्मानही मार्गावर असेल; अगर खानाचा तसा विचारही चालू असेल. एक गोष्ट निश्चित की, इत:पर मोगली गोटात राहणे, संभाजीराजास उचित गोष्ट वाटेनाशी झाली. कदाचित ती धोकादायकही वाटली असावी.

दरम्यान, शिवाजी महाराजांचा आपल्या पुत्राशी पत्रव्यवहार चालू होता. मनातले किंतु काढून टाकून परत येण्याविषयीच्या महाराजांच्या मायेच्या पत्रांनीही मोठी कामगिरी बजावली असावी. स्वराज्यात येण्याचा निश्चय होताच मोगली छावणीत कोणासही सुगावा लागू न देता संभाजीराजे बाहेर पडले आणि तडक विजापुरास गेले. विजापुरास जाणे त्यांना अधिक सुरक्षित वाटले असावे. या वेळी विजापूरचा वजीर मसूदखान हा शिवाजी महाराजांचा मित्र बनलेला असून, मोगली हल्ल्यापासून विजापूरचा बचाव करण्यासाठी महाराजांनी आपले लष्कर तिकडे पाठविलेले होते. या लष्कराच्या काही तुकड्या अद्यापिही विजापूरच्या आसमंतात असाव्यात. या तुकड्यांच्या साह्यानेच संभाजीराजे विजापूरहून निघून स्वराज्यात पन्हाळगडावर दाखल झाले - (डिसें. १६७९).

संभाजीराजे मोगलाईतून पुन्हा स्वराज्यात आले ही आनंददायक घटना महाराजांनी आपले सावत्र बंधू व्यंकोजीराजे यांना पुढे अशा शब्दांत कळविली आहे : ''चिरंजीव राजश्री संभाजीराजे मोगलाईत गेले होते. त्यास आणावयाचा उपाय बहुतप्रकारे केला; त्यासही कळो आले की ये पातशाहीत अगर विजापूरचे अगर भागानगरचे पातशाहीत आपले मनोगतानुरूप चालणार नाही. ऐसे जाणोन त्याणी आमचे लिहिण्यावरून स्वार होऊन आले. त्यांची आमची भेट जाली. घरोब्याच्या रीतीने जैसे समाधान करून ये तैसे केले.''४१

संभाजीराजे पन्हाळ्यावर दाखल झाले, तेव्हा शिवाजी महाराज मोगली मुलखातील जालन्याच्या स्वारीवर होते. युवराजाच्या आगमनाची वार्ता हाती येताच ते तातडीने पन्हाळ्याकडे आपल्या पुत्रास भेटण्यास आले. पिता-पुत्रांची भेट मोठ्या भारावलेल्या

अंत:करणाने झाली असली पाहिजे. सभासदाने या भेटीचे 'बहुत रहस्य जाहाले' म्हणून भावपूर्ण वर्णन केले आहे.

सभासद लिहितो, "ते (संभाजीराजे) पळून पन्हाळियास आले. हे वर्तमान राजियास पुरंधरास कळताच संतोष पावून पुत्राचे भेटीस पन्हाळियास आपण आले. मग पिता-पुत्रांची भेट जाहली. बहुत रहस्य जाहाले. त्याउपरि राजे म्हणू लागले की, 'लेकरा मजला सोडू नको. औरंगजेबाचा आपला दावा. तुजला दगा करावयाचा होता. परंतु श्रीने कृपा करून सोडून आणिला. थोर कार्य जाले. आता तू ज्येष्ठ पुत्र, थोर जालास, आणि सचंतर राज्य कर्तव्य हे तुझ्या चित्ती असे आपणास कळले, तर मजला हे अगत्य आहे. तरि तुजलाहि राज्य एक देतो. आपले पुत्र दोघेजण, एक तू संभाजी व दुसरा राजाराम. ऐसियास हे सर्व राज्य आहे. यास दोन विभाग करतो. एक चंदीचे राज्य, याची हद्द तुंगभद्रा तहद कावेरी हे एक राज्य आहे. दुसरे तुंगभद्रा अलीकडे गोदावरी नदीपर्यंत एक राज्य आहे. ऐसी दोन राज्ये आहेत. त्यास तू वडीलपुत्र, तुजला कर्नाटकीचे राज्य दिधले. इकडील राज्य राजारामास देतो. तुम्ही दोघे पुत्र दोन राज्य करणे. आपण श्रीचे स्मरण करून उत्तर सार्थक करीत बसतो,' असे बोलिले. तेव्हा संभाजीराजे बोलिले की, 'आपणास साहेबाचे पायांची जोड आहे. आपण दूधभात खाऊन साहेबांचे पायांचे चिंतन करून राहीन,' असे उत्तर दिधले आणि राजे संतुष्ट जाहले."

"मग पितापुत्र बैसून कुल राज्य आपले देखिले. कर्नाटक किती हे व खजिना काय आहे? व कारखाने व मुत्सद्दी सरकारकून लोक कोण कोण? लष्कर, पागा शिलेदार कोण? सरदार काय काय? गड कोठे... देशी तजवीज करून संभाजी राजियास पन्हाळ्यास ठेविले. त्याजवळ जनार्दन नारायण सरकारकून व सोनोजी नाईक बंकी व बाबाजी ढमढेरे असे ठेविले. आणि पुत्राचे समाधान केले की, 'आपण रायगडास जातो. धाकटा पुत्र राजाराम याचे लग्न करून येतो. मग राज्यभाराचा विचार कर्तव्य तो करू. तू वडीलपुत्र आहेस. सर्वप्रकारे भरवंसा तुमचा."[४१] असे बोलून रायगडास गेले.

पण सभासद म्हणतो त्याप्रमाणे राज्यविभाजनाचा प्रस्ताव पुन्हा एकदा महाराजांनी आपल्या पुत्रासमोर मांडला असेल असे वाटत नाही. आपल्या पुत्राचे आपण "घरोब्याचे रीतीने जैसे समाधान करून ये तैसे केले" या छोट्याशा वाक्यात पिता-पुत्राचे मतभेद, बेबनाव संपला व उभयपक्षी दिलजमाई झाली, असाच आशय आहे.

रियासतकार सरदेसाई आणि इतर अनेक लेखकांनी या पन्हाळा भेटीनंतर महाराजांनी संभाजीराजांना पन्हाळ्यावर अटकेत अथवा नजरकैदेत ठेवले, असे म्हटले आहे. तथापि, शिवाजी महाराजांसारखा सुज्ञ पिता अशा प्रकारे पश्चात्तापदग्ध होऊन शत्रूच्या गोटातून स्वगृही आलेल्या आपल्या पुत्रास नजरकैदेत ठेवेल, असे

वाटत नाही. अशा प्रकारचा अविश्वास संभाजीराजांवर दाखविणे गैर झाले असते. महाराजांनी या वेळी म्हालोजी घोरपडे या विश्वासू सेनानीस संभाजीराजांच्या हाताखाली देऊन त्यांना पन्हाळा प्रांतीचा कारभार सांगितलेला दिसतो.

बेंद्रे तर याही पुढे जाऊन खाफीखानाच्या वृत्तांताच्या आधारे म्हणतात की, पितापुत्राची दिलजमाई झाल्यानंतर महाराजांनी संभाजीराजांच्या हाताखाली भली मोठी फौज देऊन बुऱ्हाणपुरावर हल्ला करण्यास पाठविले.[४३] खाफीखानाने म्हटले आहे : "नंतर जुलूस २३-१०९१ हिजरीच्या मोहरम महिन्यात (२२ जाने. ते १९ फेब्रु. १६८०) उपरिनिर्दिष्ट संभा, की जो दुष्ट बुद्धीचा आहे, त्याने त्यावेळच्या सरावाप्रमाणे तीन चार कोसांच्या शीघ्र गतीने कूच केले. उपरि उल्लेखित दुष्ट वृत्तीच्या संभाने वीस हजार स्वारानिशी येऊन बुऱ्हाणपुरावर हल्ला चढविला..."[४४]

तथापि बुऱ्हाणपुरावरील हल्ल्याची खाफीखानाने दिलेली तारीख चुकली असून ती हिजरी १०९१ ऐवजी हिजरी १०९२ (जानेवारी १६८१) अशी पाहिजे, असे सेतुमाधवराव पगडी म्हणतात. पगडींचे म्हणणे अधिक बरोबर ठरते. दिलेरखानाच्या गोटातून स्वराज्यात परतल्यावर संभाजीराजांचे वास्तव्य पन्हाळ्यावरच झाले, असे दिसते.

पन्हाळ्यावरील वास्तव्याच्या कालखंडात संभाजीराजे बुऱ्हाणपुरावरील स्वारीत होते, असे गृहीत धरल्यामुळेच बेंद्र्यांनी पुढील विधान केले आहे : "शिवाजी महाराजांच्या मृत्यूपूर्वी झालेल्या राजाराम महाराजांच्या मौंजीबंधन व लग्न सोहळ्यात संभाजीराजांना मोगली स्वारीत अडकल्या कारणाने हजर राहता आले नाही."[४५]

पण वस्तुस्थिती अशी होती की, संभाजीराजांचा पित्यावरील राग निवळला असला, तरी राजगडावरील सोयराबाई व प्रधान यांच्यावरील त्यांचा राग गेलेला नव्हता. पुढे राज्यावर आल्यावर दिलेल्या संस्कृत दानपत्रातही ते सोयराबाईचा उल्लेख 'सवतीचे पोर म्हणून आपणावर रागवलेली राणी' असाच करतात.[४६] (२७ ऑगस्ट १६८० : या वेळी सोयराबाई जिवंत होती). सारांश, संभाजीराजांशी दिलजमाई करून त्यांना बरोबर न घेताच शिवाजी महाराज पुढे रायगडावर निघून गेले. नंतर त्यांनी गडावर राजाराम महाराजांचा मौंजीबंधन व लग्नसोहळा उरकून घेतला - (१५ मार्च १६८०).

शिवछत्रपतींचा स्वर्गवास

यानंतर अवघ्या तीन आठवड्यांच्या आत शिवाजी महाराज अल्पशा आजाराने स्वर्गवासी झाले - (३ एप्रिल १६८०). संभाजीराजांच्या मोगली गोटास मिळण्याच्या घटनेमुळे महाराज मनाने खचले असे सांगताना प्रा. वसंत कानेटकर म्हणतात : "घरोब्याचे रीतीने करू ये तैसी बोलणी झाली..." असे महाराज लिहीत असले,

तरी इंग्लिश वाक्प्रचार वापरून सांगायचे, तर Damage was done! महाराज खचले ते खचलेच. त्यांच्या एप्रिल १६८०मध्ये झालेल्या अकल्पित आणि अकाली निधनाला शंभूराजांचे 'दुर्वर्तन' (म्हणजे गोदावरी प्रकरण नव्हे, तर मोगलांकडे पळून जाणे आणि गृहव्यवस्थेत बेदिली निर्माण करणे) हेच कारण झाले, याबद्दल मला शंका वाटत नाही.''[४७]

स्वराज्याचा वारसदार आपल्या कट्टर शत्रूस जाऊन मिळाला, या घटनेने महाराजांस मोठा धक्का बसला असेल यात शंका नाही; पण धक्का बसणे वेगळे आणि हाय खाणे वेगळे! शिवाजीराजा हा एक असा पुरुषोत्तम होता की, त्याने अतिशय कठीण प्रसंगीही आपला आत्मविश्वास ढळू दिलेला नाही.

सत्य असे दिसते की, राजाराम महाराजांच्या लग्नानंतर महाराज अकल्पितपणे आजारी पडले व हा आजार अल्पावकाशात विकोपास गेला. इंग्रज आपल्या पत्रात या आजाराचे नाव 'Bloody Flux' (रक्तातिसार) असे देतात.[४८] विजय देशमुख यांनी आपल्या शिवचरित्रात महाराजांच्या या आजाराची बरीच चर्चा-चिकित्सा केली आहे. एका समकालीन पोर्तुगीज कागदपत्रात महाराज Intestinal Anthrax या रोगाने मरण पावल्याचे म्हटले आहे. या रोगाची लक्षणे सांगताना देशमुख लिहितात : ''हा रोग संसर्गजन्य असून सामान्यत: गायी, बकऱ्या, घोडे यांच्यामध्ये आढळतो. अशा जनावरांच्या संसर्गात राहणाऱ्या माणसालाही हा रोग होऊ शकतो... या रोगाचे जंतू अन्नातून पोटात जाऊ शकतात... श्वासावाटे हे रोगजंतू शरीरात गेले तर न्युमोनियासारखी लक्षणे दिसून आठवडाभरात रोगी दगावतो आणि अन्नाद्वारे हे जंतू पोटात गेले तर हळूहळू आतड्यांवर हे जंतू परिणाम करतात व अखेर रक्ताची हगवण सुरू होऊन रोगी दगावतो... हा रोग निदान करण्यास कठीण आहे. वरकरणी लक्षणे मात्र विषप्रयोग झाल्यासारखी दिसतात...''[४९]

इंग्रज पत्रातील Bloody Flux चा उल्लेख व पोर्तुगीज कागदातील Intestinal Anthrax चा उल्लेख लक्षणांनी एकमेकास पूरक आहेत. आजसुद्धा सुसज्ज प्रयोगशाळेतच या रोगाचे निदान होऊ शकते. रायगडावर त्या काली हे रोगनिदान होणेच शक्य नव्हते. परिणामी, महाराज अकाली निजधामास गेले!

महाराजांच्या आजाराची विषप्रयोगासारखी लक्षणे व त्यांचा अकल्पित अंत यामुळे त्यांच्यावर विषप्रयोगच झाला असावा, असा समज तत्कालीन लोकांचा झाला असला पाहिजे. हा विषप्रयोग राणी सोयराबाईनेच केला असला पाहिजे अशाही कंड्या त्यामुळेच पसरल्या असाव्यात. नामांकित पुरुषाच्या अकल्पित मृत्यूनंतर अशा प्रकारच्या अफवा नेहमीच पसरतात, हा आपला अलीकडच्या इतिहासातील अनुभव आहे. तेव्हा सोयराबाईवरील विषप्रयोगाच्या आरोपात काही तथ्य नाही. खुद्द संभाजीराजांनीही हा आरोप त्यांच्यावर केल्याचे अस्सल कागदात नमूद नाही.

संभाजीराजांचे इतिहासातील खरे चित्र

शिवछत्रपतींच्या निधनाबरोबरच संभाजीराजांची 'युवराजावस्था' संपली आणि अनपेक्षितपणे मराठी राज्याची सूत्रे हाती घेणे त्यांना आवश्यक ठरले. शिवछत्रपती अकाली गेले; ते आणखी काही वर्षे जगले असते तर संभाजीराजास मराठी राजाचा युवराज म्हणून आणखी काही कालावधी मिळता; कदाचित 'युवराज संभाजीराजाचे' चरित्र आणखी काही वेगळे बनते!

'युवराज संभाजीराजा' हे एक इतिहासातील मनस्वी व्यक्तिमत्त्व आहे. मनाने सरळ व निर्मळ; पण तात्कालिक राग-लोभाच्या आहारी जाऊन जीवनातील कोणताही धोका बेधडकपणे पत्करणाऱ्या या युवराजाकडे पित्याच्या जाणतेपणाचा, संयमी व सोशिक मनाचा व अखंड सावधानता बाळगणाऱ्या व्यक्तिमत्त्वाचा वारसा चालत आला नाही, ही मोठी खेदाची गोष्ट होती. त्यामुळेच शिवछत्रपतींच्या दिग्विजयाने हिंदवी स्वराज्याचा वृक्ष महाराष्ट्राबाहेरही फोफावत असता, त्याच्या हातून शत्रूस मिळण्याचा अविचार घडून आला. त्याबद्दल इतिहास त्यास कधीच क्षमा करू शकत नाही.

अनेक शास्त्रे व विद्या यामध्ये पारंगत असलेल्या संभाजीराजावर शिवछत्रपतींनी काही संस्कारच केले नसावेत अथवा झाले नसावेत, असे म्हणणे धाष्ट्याचे ठरेल. हिंदवी स्वराज्याच्या रक्षणासाठी प्रसंगी रक्त सांडून आत्मबलिदान करण्याचा संस्कार ज्याने तानाजी/बाजीसारख्या सामान्य मराठी माणसांवर केला, तो आपल्या पुत्रावर संस्कार करू शकला नाही, असा निष्कर्ष काढणे चुकीचे होईल. उलट मोगली गोटात गेलेल्या युवराजाची पावले पुन्हा हिंदवी स्वराज्याकडे वळली, ती अशा संस्काराच्या मूळ प्रभावामुळेच, असे म्हणणे अधिक सयुक्तिक ठरेल. संभाजीराजा क्षणिक भावनेच्या उद्रेकाने वाहवत गेला खरा; पण त्याच्या अंतर्यामीच्या संस्काराने त्यास पुन्हा सन्मार्गावर आणले; हेच त्याचे खरे चित्र इतिहासात उमटते. पुढे या चित्रात आपल्या जीवनाच्या अंतसमयी त्याने दाखविलेल्या स्वाभिमानी बाण्याने आणि तत्त्वनिष्ठेने केलेल्या आत्मसमर्पणाने असे आणखी काही गहिरे रंग भरले गेले की, त्यामुळे त्या चित्रातील प्रतिमेची तेजस्विता शतपटीने वाढली, असे म्हटल्यास ती अतिशयोक्ती ठरू नये!

संदर्भ

१. धर्मनिरपेक्षता आणि राष्ट्रीय एकात्मता, पृ. १०१
२. छत्रपती संभाजी महाराज, पृ. ३७
३. कित्ता, पृ. ३८
४. कित्ता, पृ. ५०-५१

५. श्री शिवछत्रपती, पृ. १४५

६. कित्ता

७. कित्ता, पृ. १३३

८. छत्रपती संभाजी स्मारक ग्रंथ, पृ. ६

९. श्री शिवछत्रपती, पृ. १४२-१४३

१०. English Records on Shivaji, Vol. II,. p. 78

११. कित्ता, पृ. ८४

१२. विजापूरची आदिलशाही, पृ. ५२७

१३. चिटणीसविरचित छत्रपती श्रीशिवाजीराजे यांची बखर, पृ. २३५-२३६

१४. छत्रपती संभाजी स्मारक ग्रंथ, पृ. ३९६-३५७

१५. कित्ता, पृ. ३९६

१६. कित्ता, पृ. २८४-३०४

१७. कित्ता, पृ. ३०६-३०९

१८. श्री शिवछत्रपती, पृ. १४३

१९. छत्रपती संभाजी महाराज, पृ. ५९-६३

२०. कित्ता, पृ. ५९-६०

२१. श्री शिवछत्रपती, पृ. १४३

२२. छत्रपती संभाजी महाराज, पृ. ६४

२३. छत्रपती संभाजी स्मारक ग्रंथ, पृ. ७

२४. कित्ता, पृ. ३३९

२५. कित्ता, पृ. ९

२६. छत्रपती संभाजी महाराज, पृ. ७३

२७. श्री शिवछत्रपती, पृ. २५९-२६०

२८. छत्रपती संभाजी स्मारक ग्रंथ, पृ. ९

२९. कित्ता, पृ. ४८५-४८६

३०. कित्ता, पृ. ३९२-४०२

३१. कित्ता, पृ. ३९३-३९४

३२. परमानंदकाव्यम्, पृ. ७८,श्लोक २२-३१

३३. कित्ता, पृ. ८८-९४,श्लोक ६-७, १५-८६

३४. छत्रपती संभाजी महाराज, पृ. ७३-७४

३५. परमानंदकाव्यम्, पृ. ८४, श्लोक ५५

३६. छत्रपती संभाजी स्मारक ग्रंथ, पृ. ३९६

३७. कित्ता, पृ. ४८६

३८. कित्ता, पृ. १०६

३९. डॉ. कमल गोखले यांनी 'दलेलासुर याने गुडघा लावल्यामुळे संतप्त झालेल्या...' अशा प्रकारचा जो अनुवाद केला आहे तो चुकलेला आहे - शिवपुत्र संभाजी, पृ. ४३३

४०. छत्रपती संभाजी स्मारक ग्रंथ, परिशिष्ट क्र. ४

४१. शिवकालीन पत्रसार संग्रह, पत्र क्रमांक २२३६

४२. सभासदविरचित छत्रपती श्री शिवाजीराजे यांची बखर, पृ. ९३, १०६

४३. छत्रपती संभाजी स्मारक ग्रंथ, पृ. १९-२०

४४. कित्ता, पृ. २०

४५. कित्ता

४६. कित्ता, परिशिष्ट क्रमांक ४

४७. कित्ता, पृ. ३९६-३९७

४८. English Records on Shivaji, Vol. II, p. 311

४९. शककर्ते शिवराय, खं. २, पृ. ९७५-९७६

शिवछत्रपतींचा समाजक्रांतीचा एक महान प्रयत्न

छत्रपती शिवाजी महाराजांनी महाराष्ट्रात केलेली स्वराज्यस्थापना ही हिंदुस्थानच्या इतिहासातील एक महान घटना मानली जाते. परिणामी, शिवछत्रपतींचे कार्य म्हणजे स्वराज्यस्थापनेचे, राज्यक्रांतीचे कार्य, असे समीकरण होऊन बसले आहे. शिवछत्रपती म्हटले की, स्वराज्याची क्रांती नजरेसमोर येते; आणि ते स्वाभाविकही आहे; पण स्वराज्याच्या क्रांतीबरोबर त्यांनी तत्कालीन मराठी समाजातही क्रांती घडवून आणण्याचे अनेक प्रयत्न केले, याकडे जावे तितके लक्ष जात नाही, ही वस्तुस्थिती आहे.

स्वराज्य म्हणजे परकीय सत्तेच्या राजकीय दास्यापासून मुक्तता एवढाच मर्यादित अर्थ शिवाजी महाराजांच्या स्वराज्यास प्राप्त होत नाही; तर परकीय सत्तेप्रमाणेच स्वकीय जुलमी लोकांपासूनही मुक्तता, हाही अर्थ स्वराज्यात अभिप्रेत होता! त्याचबरोबर स्वराज्यात स्वधर्म व स्वसंस्कृती यांचे संरक्षण व संवर्धन झाले पाहिजे, असाही त्यांचा आग्रह होता. या दृष्टिकोनातून महाराजांच्या स्वराज्याच्या कार्याकडे पाहिले की, त्यांच्या ऐतिहासिक कार्याची महत्ता द्विगुणित झाल्याशिवाय राहत नाही.

महाराजांच्या समाजक्रांतीचे स्वरूप

केवळ प्रशासन, लष्कर, आरमार, दुर्ग, व्यापार, उद्योग या क्षेत्रांतच शिवाजी महाराजांनी महाराष्ट्रात नवे युग सुरू केले असे नाही, तर धर्म व भाषा यासारख्या सामाजिक क्षेत्रांतही नवे पायंडे पाडले, नवे दंडक निर्माण केले. धर्मांतर होऊन बाटलेल्या पूर्वाश्रमीच्या हिंदूंना परत स्वधर्मात घेण्याचा पायंडा महाराजांनीच पाडला; आणि कर्मठ हिंदू समाजासमोर एक पुरोगामी आदर्श उभा केला. भाषेच्या क्षेत्रात तर अरबी व फारसी या परभाषांचा प्रभाव पराकोटीस पोहोचला होता. परकीय भाषांनी

मराठी मायबोली जवळजवळ गिळंकृत केली होती. तिचे स्वत:चे अस्तित्वच नष्ट होत चालले होते. भाषा ही कोणाही संस्कृतीचा आत्माच असते. या संस्कृतीच्या आत्म्यास परभाषांच्या मगरमिठीतून सोडविण्याचे महान सांस्कृतिक कार्य महाराजांनी केले आहे.

अशाच स्वरूपाचे महान कार्य महाराजांनी वतन संस्थेवर घणाघाती प्रहार करून, तिला पूर्ण निष्प्रभ करून केले आहे. महाराजांनी वतनसंस्थेत जी आमूलाग्र सुधारणा घडवून आणली, ती त्यांच्या ऐतिहासिक कार्याचा एक तेजस्वी पैलू ठरावा, इतकी महत्त्वपूर्ण आहे. संपूर्ण शिवकालीन मराठी समाज हा खालपासून वरपर्यंत वतनाधिष्ठित असल्याने वतनसंस्थेत होणारा बदल सर्व समाजात बदल घडवून आणणारा ठरणे स्वाभाविक होते. हा बदल सामान्य नव्हता. शेकडो वर्षे, पिढ्यान्‌पिढ्या, वतनदार मंडळी रयतेची आणि ग्रामीण भागातील छोट्याछोट्या व्यावसायिकांची पिळवणूक करीत होती. ही पिळवणूक महाराजांनी नव्या व्यवस्थेत बंद पाडली. गरीब रयत ही बलिष्ठ वतनदारांच्या जुलूम-जबरदस्तीतून मुक्त केली! राजकीय स्वातंत्र्याबरोबरच महाराजांनी रयतेस सामाजिक स्वातंत्र्य देण्याचा प्रयत्न केला!

अभ्यासाची प्रमुख ऐतिहासिक साधने

शिवछत्रपतींच्या या समाजक्रांतीची इतिहासकार व संशोधक यांच्याकडून उपेक्षा झालेली आहे. महाराजांची भूमिका ही राज्यक्रांतिकारकाची होती; समाजसुधारकाची नव्हती, अशी इतिहासकारांनीच भूमिका घेतल्यामुळे हे घडणे स्वाभाविकच होते. दुसरे असे की, ज्या वतनसंस्थेत महाराजांनी क्रांतिकारी बदल घडवून आणले, त्या बदलांची माहिती देणाऱ्या साधनांमध्येच काही ठिकाणी विसंगती असल्याने अनेक इतिहासकारांचे समजुतीचे घोटाळे झाले आहेत. काही वेळा तत्कालीन साधने परस्परविरोधी साक्ष देताना आढळल्याने हे घोटाळे अधिकच दिशाभूल करणारे ठरले आहेत. यासाठी महाराजांच्या वतनविषयक धोरणाची माहिती देणाऱ्या ऐतिहासिक साधनांची प्रथम बारकाईने छाननी व मूल्यमापन करणे आवश्यक आहे.

शिवाजी महाराजांचे वतनविषयक धोरण समजून घेण्यासाठी प्रामुख्याने पुढील तीन प्रकारच्या ऐतिहासिक साधनांचा उपयोग होतो –

१. कृष्णाजी अनंत सभासद याची बखर.

२. रामचंद्रपंत अमात्य याची राजनीती ऊर्फ आज्ञापत्र.

३. शिवाजी महाराज, संभाजी महाराज, राजाराम महाराज, ताराबाईसाहेब (शिवाजी दुसरे) यांची वतनविषयक सनदापत्रे व आज्ञापत्रे.

वरील सर्वच साधने प्रथम दर्जाची व विश्वसनीय मानावयास हरकत नाही.

कृष्णाजी अनंत सभासद याने शिवाजी महाराजांची कारकीर्द अनुभवली होती. महाराजांचा तो आद्य चरित्रकार आहे. त्याची बखर ही सर्व बखरींत अव्वल दर्जाची मानली जाते. दुसरे साधन म्हणजे पंत अमात्याची राजनीती. शिवाजी महाराजांची राजनीती सांगणारा हा अप्रतिम ग्रंथ असल्याची ग्वाही झाडून सर्व इतिहासकारांनी दिलेली आहे. तिसऱ्या प्रकारच्या साधनातील छत्रपतींची सनदापत्रे व आज्ञापत्रे ही राज्यकर्त्यांची वतनविषयक भूमिका स्पष्ट करणारी असल्याने ती सर्वांहून अधिक महत्त्वाची आहेत.

आपण प्रथम सभासद बखर व पंत अमात्याची राजनीती म्हणजेच आज्ञापत्र यामधील शिवाजी महाराजांच्या वतनविषयक धोरणाच्या माहितीची छाननी करून त्यामधील सुसंगती व विसंगती पाहू. त्यानंतर या दोन्ही साधनांतील सुसंगत विचार तत्कालीन सनदापत्रांच्या आधारे तपासून घेऊ.

सभासद बखरीची साक्ष

शिवकालीन समाजात वतनसंस्था किती बळकट होती आणि वतनदार कसे सरकारलाही शिरजोर झालेले होते, याविषयीचे यथार्थ चित्र कृष्णाजी अनंत सभासदाने रेखाटले आहे. तो म्हणतो, ''(शिवछत्रपतींनी) इदलशाही, निजामशाही, मोगलाई देश कबज केला. त्या देशात मुलकांचे पाटील, कुलकर्णी यांचे हाती व देशमुखांचे हाती कुल रयत. यांनी कमाविशी करावी आणि मोघम टक्का द्यावा. हजार दोन हजार जे गावी मिरासदारांनी घ्यावे, ते गावी दोनशे तीनशे दिवाणात खंडमक्ता द्यावा. त्यामुळे मिरासदार पैकेकरी होऊन गावास हुडेवाडे कोट बांधून प्यादे बंदुखी ठेऊन बळावले. दिवाणास भेटणे नाही. दिवाणाने गुंजाईस अधिक सांगितल्याने भांडावयास उभे राहतात. ये जातीने पुंड होऊन देश बळाविले.''[१]

मुलखातील वतनदारांनी मन मानेल तशी कमाविशी करावी, हजार दोन हजार महसूल गोळा करावा; पण दिवाणात मात्र दोन-तीनशेच भरावा. अशा प्रकारे पैकेकरी होऊन मुलखात देशमुखासारखे वतनदार वाडेहुडे, कोट बांधून आणि जवळ लष्कर बाळगून बलदंड झाले होते. शिवाजी महाराजांनाही प्रारंभी मावळ प्रांतातील अशा बलदंड देशमुखांशी दोन हात करावे लागले होते. हिरडस मावळचा बादल देशमुख अशा वतनदारांपैकीच एक होता. बादल देशमुख हे एक प्रातिनिधिक उदाहरण आहे. असे देशमुख-देशपांडे सर्व महाराष्ट्रभर पसरले होते. त्यांच्या हाताखालचे पाटील-कुलकर्णी इत्यादी छोटे वतनदार वाडेहुडे, कोट अथवा लष्कर बाळगून नसले, तरी त्यांना प्राप्त झालेल्या अधिकाराच्या जोरावर ते रयतेची पिळवणूक करीत होते; आणि देशमुख देशपांडे या परगण्यातील बड्या वतनदारांना साह्यभूत होत होते.

तेव्हा या वतनदारांविरुद्ध शिवाजी महाराजांनी कोणती उपाययोजना केली, याचे वर्णन करताना सभासद म्हणतो, "त्यास राजियाने देश काबीज करून हुडे-वाडे कोट पाडिले. नामांकित कोट जाहाला तेथे (आपले) ठाणे ठेविले आणि मिरासदाराचे हाती नाहीसे ठेविले. असे करून मिरासदार इनाम इजारतीने मना मानेसारखे आपण घेत होते ते सर्व अमानत करून जमीनदारांस (वतनदारास) गल्ला व नख्त गाव पाहून देशमुखास व देशकुळकर्णी यांस व पाटील कुळकर्णी यांस हक्क बांधून दिला. जमिनदारांनी वाडा बुरजांचा बांधू नये. घर बांधून राहावे, ऐसा मुलकाचा बंद केला."[२]

शिवाजी महाराजांनी वतनदारांविषयी दोन महत्त्वाची पावले उचलल्याचे सभासद स्पष्ट करतो. पहिले पुंड होऊन बळाविलेल्या वतनदारांचे वाडेहुडे कोट पाडले आणि दुसरे परगण्यातील देशमुख, पाटील, कुलकर्णी यांचे जमीन महसूल गोळा करण्याचे हक्क सरकारजमा करून त्यांच्या हक्क लाजिम्यांची बांधणी करून दिली. म्हणजे वंशपरंपरेने चालत आलेल्या हक्कांचे रूपांतर ठरावीक वार्षिक नेमणुकीत केले गेले.

पूर्वी कमाविशी (जमीन-महसूल-वसुली) ही वतनदार मंडळी आपल्या मनात येईल तशी करीत असत. महाराजांनी मुलूख काबीज केल्यावर जमिनीची मोजणी केली, प्रतवारीप्रमाणे शेतसारा निश्चित केला आणि तो वसूल करण्यासाठी दिवाणातून स्वतंत्र कारकून नेमले. सभासद म्हणतो, "मुलखाची जमीन मोजणी करून बिघेयास पिकाचा आकार करून पाच तक्षिमा पिकाच्या करून, तीन तक्षिमा रयतेस द्याव्या, दोन तक्षिमा दिवाणात घ्याव्या, येणेप्रमाणे रयतेपासून घ्यावे. नवी रयत येईत त्यास गुरेढोरे द्यावी. बीजास दाणापैका द्यावा. भक्षावयासि दाणेपैका द्यावा. तो ऐवज दोहो-चोहो वर्षांनी आयुर्दाव पाहून उगवून घ्यावा. ये जातीचे रयतेचे पालग्रहण करावे. गावचा गाव रयतेची रयत कारकुनाने कमावीस पाहून रयतेपासून वसूल पिकाचे पिकावर घ्यावा. मुलखात जमीनदार देशमुख व देसाई यांचे जप्तीखाली कैदेत रयत नाही. यांनी साहेबी करून (रयतेस) नागवीन म्हटलियाने त्यांचे हाती नाही."[३]

सभासदाची शेवटची दोन वाक्ये अत्यंत महत्त्वाची आहेत. तो म्हणतो, की शिवाजी राजाच्या कारकिर्दीत मुलखातील देशमुख-देसाई या वतनदार मंडळींचा धाक-धपटशाचा अंमल संपला! 'साहेबी' करून गरीब रयतेस लुबाडण्याचे त्यांचे दिवस मागे पडले! सभासदाने मोजक्या पण अर्थपूर्ण वाक्यात शिवाजी महाराजांनी महाराष्ट्रात घडवून आणलेल्या या सामाजिक क्रांतीचे वर्णन केलेले आहे!

आता या संदर्भात दुसरे शिवकालीन ऐतिहासिक साधन म्हणजे रामचंद्रपंत अमात्याचा राजनीतिपर ग्रंथ 'आज्ञापत्र.' हे आज्ञापत्र म्हणजे शिवाजी महाराजांच्या

वतन-धोरणाची माहिती देणारे महत्त्वाचे साधन मानले जाते. एवढेच नव्हे, तर महाराजांच्या तालमीत तयार झालेल्या एका बुद्धिमान व कुशल मुत्सद्याने ही राजनीती सांगितल्याने त्यास अनन्यसाधारण महत्त्व प्राप्त झाले आहे.

पंत अमात्याची राजनीती ऊर्फ आज्ञापत्र

संभाजी महाराजांच्या वधानंतर स्वराज्यावर जे संकट कोसळले, त्यापासून संरक्षण करण्याची महनीय कामगिरी महाराष्ट्रातील ज्या थोर पुरुषांनी केली, त्यामध्ये रामचंद्रपंत अमात्याचे नाव अग्रभागी आहे. राजाराम महाराज कर्नाटकात असता महाराष्ट्रात स्वराज्याचा कारभार पंत अमात्याने मोठ्या कौशल्याने केला. पंत अमात्य म्हणजे मुरब्बी, मुत्सद्दी, शिवछत्रपतींची राजनीती पूर्ण अवगत असणारा राजकारणी पुरुष. स्वाभाविकच त्याने लिहिलेल्या 'आज्ञापत्र' या राजनीतीपर ग्रंथात शिवछत्रपतींच्या राजनीतीचे प्रतिबिंब उमटलेले दिसते, असे सर्व मान्यवर इतिहासकारांचे मत आहे, आणि बऱ्याच अंशी ते सत्यही आहे. स्वराज्य, राजा, प्रधान, साहूकार, दुर्ग, आरमार याविषयी पंत अमात्याने सांगितलेली राजनीती ही शिवछत्रपतींचीच राजनीती आहे. असे असले, तरी वतनदार व वतनांविषयी त्याने सांगितलेली राजनीती ही अर्धसत्य आहे. पूर्ण सत्य नाही. तथापि आतापर्यंत सर्वांनीच पंत अमात्याने वतनाविषयी सांगितलेली राजनीती पूर्ण सत्य मानली आहे.

प्रथम अमात्याने प्रतिपादलेल्या राजनीतीमधील शिवाजी महाराजांच्या वतन-धोरणाशी सुसंगत असणारा कोणता भाग आहे, हे पाहू. वतनदारांचे देशातील स्थान, त्यांचे स्वार्थी व अन्यायी वर्तन याविषयी पंत अमात्याने रेखाटलेले चित्र शिवकालीन वस्तुस्थितीला धरून आहे. पंत अमात्य लिहितो, "राज्यातील वतनदार देशमुख, देशकुलकर्णी, पाटील आदीवरून यासी वतनदार म्हणोन म्हणावे, हे प्राकृत परिभाषा मात्र आहे. ते स्वल्पच परंतु स्वतंत्र देशनायकच आहेत. त्यांस साधारण गणावे यैसे नाही. हे लोक म्हणजे राज्याचे दायादच आहे. वतन इतिकियावर कालक्रमणा करावी; सर्व देशाचा स्वामी म्हणजे राजा त्यासी निष्ठेने वर्तावे, कोण्हाचा अन्याय न करावा हे त्यांची बुद्धी नाही. नूतन संपादावे, बळकट व्हावे, बळकट जाले म्हणजे एकाचे घ्यावे, दावेदरवडे करावे, हा त्यांचा सहज हव्यास. राजशासन होईल हे जाणोन आगोधर दुसरियाचा आश्रय करितात; स्थले बांधितात; त्या बले वाटा पाडितात; देश मारितात; समई जिवाचीही तमा धरीत नाहीत. परचक्र आले म्हणजे वतनाचे आशेने आगोधर सख्य करितात. स्वतां भेटतात; तिकडील भेद इकडे, इकडील भेद तिकडे करून राज्यांत शत्रूचा प्रवेश करितात. मग तेच राज्याचे आपायभूत होऊन दु:साध्य होऊन जातात."[४]

शिवकालीन वतनदार वर्ग हा संधिसाधू, फंदफितुरीत तरबेज, सतत दावेदरवड्यात

गुंतलेला, परिणामी, राज्यास अपायभूत होऊन राहिलेला, हे पंत अमात्याचे वर्णन अगदी यथार्थ होते. सभासदाने केलेल्या वर्णनाशी हे अगदी मिळतेजुळते आहे. आपल्या राजनीतीत वतनदारांचे वर्णन करीत असता पंत अमात्याच्या समोर स्वराज्यातील शेकडो वतनदारांची उदाहरणे असणार हे उघड आहे.

वतनदार मंडळी ही राज्यास अपायभूत ही भूमिका घेऊन पंत अमात्य त्यांना संधी मिळेल तसे हलके हलके करीत जावे, असे सांगतो. अमात्याने त्यासाठी सांगितलेल्या उपाययोजना अशा - वतनदार व त्यांचे भाऊबंद यांना एकजमावे वतनावर राहू न द्यावे; त्यांना पृथक पथक आपल्या कबिल्यासह दूर दूर कामगिरीवर ठेवावे; उद्धट वतनदारास अवघड कामगिरी सांगावी; त्यात कार्य अथवा नाश ही दोन्ही स्वकार्येच होत; वतनाच्या पायंड्याहून तिलतुल्य जास्ती त्याला घेऊ देऊ नये, त्यास अंतर पडल्यास तात्काल शासन करावे; द्रव्यादी ग्रहणे त्याच्या मागे लावून समर्पक अंतराने त्यास हलके करावे.[५]

आता सेवक लोकांना नवी वृत्ती अथवा वतन करून देऊ नये. कारण प्रत्येक नव्या वृत्तीबरोबर राज्याच्या महसुलात न्यूनता येते, आणि महसुलात न्यूनता म्हणजे राज्याची शीर्णता, तोच राज्यलक्ष्मीचा पराभव, अशी शिवाजी महाराजांचीच राजनीती प्रतिपादताना पंत अमात्य लिहितो - "तैसेच सेवक लोकी अथवा वृत्तिवंतांनी सेवा उदंड केली, तरी त्यासी द्रव्य, अश्व, गज, वस्त्र, भूषणादि द्यावी, योग्य पाहून थोर सेवा सांगावी; परंतु नुतन वृत्ती करून देऊ नये. किंनिमित्त की, जरी दिवाण महसुलात वृत्ती करून दिधली तरी तितका महसूल वृत्तिवंशपरंपरेने न्यून होतो. महसूल न्यून होणे हेच राज्याची सीर्णता. राज्याची सीर्णता तोच राज्यलक्ष्मीचा पराभव... जरी रयतेवरी हक करून दिल्हा तरी नुतन कानुमुळे रयतीवरी जल होऊन रयत पीडा पावते, श्रमी होते... तैसेच जसी वृत्ति द्यावी त्याचसारिखे त्याचे वंशज होतील असे नाही; कदाचित त्याचे वंशजांनी त्यामागे हरामखोरीची नजर धरली तरी त्यास त्याच वृत्तीचे बल होणार. तेव्हा विशेष आमर्याद होतो."[६]

सेवक लोकांनी सेवा चाकरी उदंड केली, तरी त्यास द्रव्य वस्त्रादी देऊन गौरवाने, त्याहून थोर सेवा सांगावी, पण नूतन वृत्ती देऊ नये, ही शिवछत्रपतींचीच राजनीती आहे. या राजनीतीस धरूनच "यवोदर प्रमाण भूमि तेही इनाम देऊ नये" असे पंत अमात्य प्रतिपादन करतो – तसेच सेवक अथवा वृत्तिवंत यासी हरयेक कार्यप्रयोजनामुले भूमि इनाम देणे हा परम अन्याय. जो राजा होत्साता राज्याचा शत्रू आसेल त्याणी भूमीवर उदार व्हावे. राजास भूपति यैसे भूमिकरिता म्हणावे, ते भूमिच गेलियावरी राज्य कशाचे करणार? पति कोण्हचा होणार? कदाचित विशेष सेवा केली म्हणोन ग्राम अथवा भूमि द्यावी. तरी राज्य आहे तेथे वंशपरंपरेने कार्ये आहेतच, सेवकही कार्ये करणार आहेत; तेव्हा ज्या समई जे सेवक कार्ये करतील

त्यास भूमि देत असावे, यैसे देता संपूर्ण राज्य भरीस घालावे यैसे होते. वरकड येतद्विषईचे विशेष दोष वृत्तीच्या विषयात लिहिले आहेत, तेही अवस्यमेव प्राप्त होतात. याकरिता जो राजा राज्य करणार व राज्य वाढविणार, नीतिवंत म्हणोन कीर्ती संपादणार त्याने सर्वथैव मोह न पावता यवोदरप्रमाण भूमि तेही इनाम देऊ नये.''

''सेवक लोकी वंशपरंपरेने उपयोगास ये यैसी सेवा केली तरी त्यास वंशपरंपरेने चाले यैसे (इनाम) द्यावे म्हणावे तरी जेव्हा मान्य करून सेवक जाहला, वेतन घेतो, तेव्हा त्यांणी पडेल तैसे जीवाभ्यश्रमसाहस करून स्वामिकार्य करावे हा सेवकाचा सेवाधर्मच आहे. तथापि येखादी उत्कृष्ट सेवा जे कोण्हच्याने नव्हे यैसी केली तरी त्यास येखादी सेवा मुशारेयाची वेतन करून देऊन, रयतीवरी जलल अथवा महसुलात न्यून न होय, यैसे करावे.''[७]

येथपर्यंत पंत अमात्याने आपल्या राजनीतीत शिवछत्रपतींच्या राजनीतीशी सुसंगत असणारे जे विचार मांडले आहेत ते दिले आहेत. पण एवढेच विचार मांडून अमात्य थांबलेला नाही, त्याने स्वत:ची पुस्ती त्यास जोडलेली आहे; आणि नेमकी हीच पुस्ती शिवछत्रपतींच्या राजनीतीत न बसणारी आहे. याच पुस्तीमुळे अनेक इतिहासकारांचा व संशोधकांचा असा ग्रह झाला की, शिवाजी महाराजांनी वतनदारांची वतने खालसा न करता पूर्वीप्रमाणे चालविली.

राज्यकर्त्याने वतदारांविषयी कोणती नीती अवलंबावी याविषयी मार्गदर्शन करताना पंत अमात्य म्हणतो, ''याकरिता या लोकांचे (वतनदारांचे) संरक्षण परमयुक्तिजन्य आहे. इत्यादि दोष या लोकांत आहेत म्हणून केवल यांचा द्वेष करावा, वतने बुडवावी म्हणता हाही परम अन्याय, समयविशेषे आनर्थाचेच कारण. ते न होता यांसी केवळ मोकली लाग देईन म्हणता याची निज प्रकृत तेव्हाच प्रगट होणार. याकरिता या दोन्ही गोष्टी कार्यास येत नाहीत. यास स्नेह व दंड या दोहोमध्ये संरक्षून ठेवावे लागतात. आहे ते वतन चालवून प्रजेवरी यांची सत्ता आसो न द्यावी. हकइनाम आज्ञेविरहित घेऊ न द्यावा. जे चालत आले आसेल त्याहून जाजती जवभर लाजिमा तोहि होऊ न द्यावा...''[८]

वतनदारांची पुरातन वतने हक्कलाजिम्यांसह पूर्ववत चालवावी, असेच अमात्यास म्हणायचे आहे, हे वरील परिच्छेद बारकाईने वाचल्यास लक्षात येईल. आणि नेमकी हीच गोष्ट शिवाजी महाराजांच्या वतनविषयक राजनीतीच्या विरुद्ध आहे. अमात्य येथे थांबत नाही. वतनदारांच्या वृत्ती अमानत करणे हे परम पातक असल्याचे घोषित करतो - ''लहान अथवा थोर परंतु प्राचीन परंपरागत वृत्ति चालत आल्या असतील, तो वृत्तिलोप केलियाने परम पातक आहे. येकाची वृत्ति येकास सर्वथैव न द्यावी, स्वतां आपहार न करावा. कदाचित वृत्तिवंताने आपराधही केला, तथापि त्यास

यथाशास्त्र शासन करावे. परंतु वृत्यापहार करावा हे विहित नव्हे.''[९]

वतन आणि वृत्ती एकच

पुढील चर्चा करण्यापूर्वी येथे एका महत्त्वाच्या बाबीचा खुलासा करणे अवश्य आहे. ती म्हणजे पंत अमात्याने 'वृत्ती' ही संज्ञा 'वतन' या अर्थाने वापरलेली आहे. आतापर्यंत इतिहास संशोधक वतन आणि वृत्ती यामध्ये फरक करीत आलेले आहेत; पण तत्कालीन कागदपत्रे असे दाखवून देतात की, वतन आणि वृत्ती या संज्ञा सारख्याच अर्थाने अथवा फार सैल अर्थाने वापरल्या जात होत्या. अनेक वेळा देशमुखी, देशकुलकर्ण, कुलकर्ण या वतनांसाठी वृत्ती अशी संज्ञा योजलेली आढळते. उदा. शिवकालातील एक कुलकर्णी तक्रार करताना आढळतो – ''पाई बेडी घालून मार करून बलात्कार (आपली) व्रीती लिहोनु घेतली.''[१०] दुसरे उदाहरण राजाराम महाराजांनी स. १६९१ साली खुद्द पंत अमात्यास दिलेल्या देशकुलकर्ण या वतनांच्या सनदेतील आहे –

''... श्रीराजाराम छत्रपती याणी राजश्री रामचंद्र नीलकंठ यासी दिल्हे वृत्तीपत्र यैसे जे. तुम्ही घराणदार स्वामीचे पुरातन सेवक एकनिष्ठपणे वर्तत आहा. यास्तव स्वामी तुम्हावर कृपाळू होऊन ता आजिरा महालचे देश- कुलकर्ण पेशजी विठ्ठल पुंडलीक शेणवई यास पूर्वापार चालत होते. त्यानंतर सेणवई मजकूर निवर्तला. त्याची वृत्ती त्याचे पुत्रास चालवावी तरी तो निपुत्रिक त्याचे वंशी कोण्ही नाही. यानिमित्य ते वृत्ती अमानत होऊन दिवाणची जाहली आहे. हे वतन तुम्हास नूतन अजरामरहामती करून दिल्हे असे.''[११]

या सनदेत देशकुलकर्ण वतनास वृत्ती असेच संबोधिले आहे, ही गोष्ट लक्षात घेण्यासारखी आहे. तसेच सेवेबद्दल बक्षीस म्हणून दिलेल्या इनामासही वृत्ती असे म्हटलेले आढळते.[१२] सबब अमात्य जेव्हा '' वृत्तिलोप केलियाने परम पातक आहे'' असे म्हणतो, तेव्हा तो वतने, इनामे यासंबंधीच बोलतो, हे स्पष्ट होते.

पंत अमात्य, हाडाचा वतनदार

आता जो पंत अमात्य वतनदारांचे अन्यायी, स्वार्थी, निष्ठाहीन दावेदरवड्यात पारंगत असे वर्णन करतो, तोच त्यांची वतने (वृत्ती) जप्त केल्यास परम पातक आहे असे प्रतिपादतो; तसेच जो अमात्य 'यवोदप्रमाण भूमि तेही इनाम देऊ नये' असे घोषित करतो, तोच वतनदारांची वतने हक्क-लाजिमे इनामांसह चालवावी असे म्हणतो, याचे इंगित काय?

याचे इंगित एवढेच की, रामचंद्रपंत अमात्य हा शिवछत्रपतींच्या राजनीतीचा महान भाष्यकार असला, तरी तो शेवटी हाडाचा वतनदार होता! पंत, अमात्य घराण्याच्या बावडा दप्तरावर नुसती नजर टाकली तर हे आपल्या लक्षात येते की,

या शिवकालीन राजनीतिज्ञाच्या आत लपलेल्या संधिसाधू वतनदाराने अनेक छत्रपतींकडून वेळोवेळी अनेक प्रकारची वतने व इनामे साध्य केली आहेत. ही वतने व इनामे किती आणि कशा प्रकारची होती, हे पुढील वतनपत्रे व इनामपत्रे यांच्यावर नजर टाकल्यास स्पष्ट दिसून येते.

१) सिंधुदुर्ग किल्ल्याची शिवाजी महाराजांकडून सबनिशी - दि. १३/४/१६६८.

२) मो. केडवडे, ता । खेडेबारे, सुभे मावळ येथे एक चावर जमीन इनाम - दि. ४/१२/१६८९.

३) आजरा महालाच्या देशकुलकर्णाची राजाराम महाराजांची सनद - दि. २६/९/१६५१.

४) मौजे केडवडे येथील एक चावर जमिनीची राजाराम महाराजांची सनद - दि. ७/१/१६९२.

५) मौजे तांदळी, प्रा जुन्नर येथील कुलकर्ण व जोतिष या वतनांची राजाराम महाराजांची सनद - दि. ७/१/१६९२.

६) तर्फ सोनवले प्रां भिवंडी येथील देशमुखीची राजाराम महाराजांची सनद - दि. ८/२/१६९३.

७) पंत अमात्याच्या पत्नीस (साडीचोळीसाठी) मौजे मुरबाड हा गाव व कन्येस दूधभातानिमित्त मौजे कडवई हा गाव इनाम – राजाराम महाराजांची सनद – दि. २१/६/१६९३.

८) साळशी प्रां. राजापूर येथील सरदेशमुखी दोन गावांच्या इनामासह - दि. १५/८/१६९३.

९) तर्फ आजरा येथील ९७ गावांचे देशकुलकर्ण मान्य करणारा महजर - दि. ८/१/१६९४.

१०) खारा पाटण महालाची सरदेशमुखी दोन इनाम गावांसह, राजाराम महाराजांची सनद - दि. २२/६/१६९७.

११) मौजे तांदली, ता रांजणगाव येथील जोतिष व कुलकर्ण वतन, राजाराम महाराजांची सनद - दि. १/५/१६९८.

१२) तर्फ खारा-पाटण व तर्फ साळशी येथील सरदेशमुखी वतन चार इनाम गावांसह, राजाराम महाराजांची सनद - दि. ६/४/१६९९.

१३) मौजे पाली ता देवळे प्रां राजापूर हा गाव इनाम, राजाराम महाराजांची सनद - दि. ६/४/१६९९.

१४) मौजे मुरादपूर ता देवरुख हा गाव पंत अमात्याच्या मातुश्रीच्या वृंदावनाच्या अन्नछत्रासाठी इनाम. शिवाजी दुसरे (ताराबाई) यांची सनद - दि. २१/८/१७०३.

१५) पंत अमात्याकडे चलित असलेली सर्व वतने व इनामे (ताराबाईच्या कारकिर्दीत) पूर्ववत चालू ठेवल्याची शिवाजी दुसरे (ताराबाई) यांची सनद मार्च १७०४.

१६) सिंधुदुर्ग किल्ल्याची सबनिशी वंशपरंपरागत वतनी केल्याची शिवाजी दुसरे (ताराबाई) यांची सनद - दि. १/२/१७०४.

१७) मौ. सेलोली ता खानापूर हा गाव अमात्याचे चिरंजीव भगवंतराव यास दूधभातानिमित्त इनाम - दि. १९/५/१७०४.

१८) मौ. हातकलंगडे तर्फ आळते प्रा पन्हाळा हा गाव अमात्याच्या पत्नीस साडीचोळीनिमित्त इनाम. शिवाजी दुसरे (ताराबाई) यांची सनद - दि. ३०/५/१७१४.

१९) मौ. शिरगाव ता हवेली कोल्हापूर हा गाव अमात्याच्या नाडगौडकी वतनास इनाम, संभाजी दुसरे यांची सनद - दि. १४/१०/१७१४.

२०) मौ. धामणवाडी ता तारळे हा गाव अमात्याचे चिरंजीव मोरेश्वर यास नाडगौडकीच्या वतनास इनाम. संभाजी दुसरे यांची सनद दि. १४/१०/१७१४.

२१) सिंधुदुर्गाची सबनिशी मोरेश्वरास वंशपरंपरेने दिल्याची संभाजी दुसरे यांची सनद - दि. १४/६/१७१५.[१३]

पंत अमात्याच्या वतनांची व इनामांची एवढी लांबलचक यादी एवढ्यासाठी दिलेली आहे, की तिच्यावरून अमात्याचा वतनलोभ व भूमिलोभ ध्यानात यावा. शिवछत्रपतींपासून संभाजी दुसरे यांच्यापर्यंत प्रत्येक छत्रपतींकडून सबनिशी, कुलकर्ण, देशकुलकर्ण, सरदेशमुखी (कोकणातील), ज्योतिष, नाडगौडकी अशी नाना प्रकारची वतने त्यांच्या इनामासह पंत अमात्याने सरकार-दरबारी असणाऱ्या आपल्या स्थान-माहात्म्याने प्राप्त करून घेतली, त्यास काही धरबंद दिसत नाही. स्वत:साठी वतने - इनामे घेतलीच; पण पत्नीच्या साडीचोळीस, मातु:श्रीच्या वृंदावनास, मुलांच्या दूधभातासाठी अशी अनेक इनाम गावे त्याने आपल्या कुटुंबास बहाल करून घेतली. 'नूतन संपदावे' हा वतनदारांचा स्वभावविशेष अमात्याने राजनीतीत सांगितला आहे. तो त्याच्याच ठिकाणी पुरेपूर वसत होता.

वतनदार म्हणजे राज्याचे दायादच (हिस्सेकरी) असे वतनदारांना निंदाव्यंजक अर्थाने संबोधणारा आणि 'यवोदरप्रमाण भूमि तेही इनाम देऊ नये' असे प्रतिपादणारा राजनीतिज्ञ आपल्या शिवकालीन राजनीतीमध्ये अशी विसंगत पुस्ती का जोडतो, याचे इंगित हेच आहे. खुद्द अमात्याची प्रकृती वतनलोभी असल्याने आपल्या उक्तीतील व कृतीतील विसंगती चाणाक्ष लोकांच्या लक्षात येऊ नये म्हणून त्याने ही लेखणीची करामत केली आहे! आजही अनेक राजकारणी लोक महात्मा गांधींच्या साधेपणाच्या आदर्शाचा उदोउदो करतात; पण प्रत्यक्ष आचरण मात्र नेमके

उलटे असते. तसाच काहीसा प्रकार पंत अमात्याबाबत घडला आहे!

मग प्रश्न असा उत्पन्न होतो की, जर पंत अमात्याने शिवाजी महाराजांच्या वतनविषयक राजनीतीचे अर्धसत्यच सांगितले असेल, तर पूर्ण सत्य काय होते? पूर्ण सत्य हेच होते की, शिवाजी राजा वतनसंस्थेच्या पूर्ण विरोधात होता आणि स्वराज्यात या राजाने अशी नवी व्यवस्था निर्माण केली की, वतनसंस्थेकडून होणारी बहुजन समाजाची पिळवणूक त्याने बंद पाडली. रयतेच्या शोषणावर आधारित असलेली वतनसंस्था प्रथम निष्प्रभ करण्याची व नंतर तिचे समूळ उच्चाटन करण्याची त्याची योजना होती.

वतनदारांच्या पिळवणुकीचे स्वरूप

वतनदार हे राज्याची सेवा करणारे सेवक होते. त्यांच्या सेवेच्या मोबदल्यात त्यांना त्यांच्या दर्जाप्रमाणे इनाम, हक्कलाजिमा या गोष्टी मिळत असत. इनामामध्ये संपूर्ण गावाचे इनाम, जमिनीचे इनाम, महसुलातील ठरावीक भागाचे इनाम असे अनेक प्रकार असत. हक्क-लाजिम्यात वतनदारांना रयतेपासून व छोटेछोटे व्यवसाय-उद्योग करणाऱ्यांपासून अनेक प्रकारच्या वस्तू हक्काने व मानपानाने विनामोबदला मिळत असत. पाटील, कुलकर्णी, देशमुख, देशपांडे इत्यादी बड्या वतनदारांचे हक्क - लाजिमेही अनेक प्रकारचे असत. या हक्क-लाजिम्याचे स्वरूप कसे होते, हे पाहिल्याशिवाय वतनदार मंडळी बहुजन समाजाची कशा प्रकारची पिळवणूक करीत असत याची कल्पना येणार नाही. यासाठी आपण फक्त देशमुख या वतनदारास समाजापासून कोणते हक्क-लाजिमे प्राप्त होत होते, याचे वर्णन डॉ. अ. रा. कुलकर्णी यांनी आपल्या 'शिवकालीन महाराष्ट्र' या ग्रंथात केलेले आहे, ते पाहू. डॉ. कुलकर्णी लिहितात :

''गावकऱ्यांकडून अनेक वस्तू त्याला (देशमुखास) भेटरूपाने मिळत. काही गावकऱ्यांना त्याची चाकरी विनादाम करावी लागे. व्यापारी, कारागीर यांच्याकडून त्याला दैनंदिन उपभोगाच्या वस्तू विनामूल्य मिळत. पिकवलेल्या धान्याचा काही हिस्सा, गवतफाटा, जळण इत्यादी वस्तू तो गावकऱ्यांकडून गोळा करी. एखाद्या गावकऱ्याची आमराई असेल, तर लोणच्यासाठी कैऱ्या तो मागून घेई. पावसासाठी इरले, कांबळे, लोकर, पायपोशी, कोंबडी, बकरे, तेल-तूप, मातीची भांडी, नवरात्रात गुरवाकडून प्रसाद इत्यादी वस्तू त्याला गावकऱ्यांकडून विनामूल्य मिळत असत.''

''तसेच गावकऱ्यांकडून त्याला काही रोख रक्कमही मिळत असे. सामान्यत: प्रत्येक गावाकडून किमान एक होन तरी मिळत असे. परगण्याच्या दौऱ्यावर असताना ज्या गावात त्याचा मुक्काम पडे, तेथील गावकऱ्यांकडून त्याला शिधा

मिळत असे.''

''व्यापारी आणि आठवड्याच्या बाजारात येणारे फेरीवाले यांच्याकडूनही त्याला अनेक वस्तू मिळत. मोमीनाकडून सुताच्या गुंड्या, पटवेगाराकडून रेशमाच्या लड्या, भाजीविक्याकडून भाजी, तांबोळ्याकडून पानसुपारी, दिवाळीच्या सणात आतषबाजीचे सामान, दारूसामान, मिठाई इत्यादी वस्तू तो घेत असे. भुसारी, कलाल, दारुविके, लोणीविके, अत्तार, कसाई इत्यादी व्यावसायिक आपल्या दुकानातील काही माल त्याला विनामूल्य पुरवीत असत. काही वेळा सबंध बाजारातून त्याला काही रोख रक्कम मिळे.''

''न्हावी, परीट, लोहार, सुतार, शिंपी, कोष्टी हे देशमुखाची या ना त्या रूपाने सेवा करीत. सरकारी जकातीच्या उत्पन्नापैकी दोन टक्के उत्पन्न त्याला मिळे. जनावरांच्या खरेदी-विक्रीच्या व्यवहारावर काही ठिकाणी त्याला तीन रुके मिळत. एक खंडी गुळावर अडीच शेर गूळ त्याला मिळत असे. हळद, सुंठ इत्यादी वस्तूंचाही काही हिस्सा त्याला मिळे. गावावर बसवलेल्या सरकारी करांच्या उत्पन्नाचा काही हिस्सा त्याचा असे.''

''दर वर्षी महिना दोन महिन्यांसाठी त्याला राबता महार मिळे. त्याच्या घरच्या भांड्यांना विनामूल्य कल्हई करून मिळे. तेल्याच्या घाण्यातून तो आपले तेल (विनामूल्य) गाळून घेई.''[१४]

या हक्क-लाजिम्यांच्या यादीवर नुसती नजर टाकली, तर हे वतनदार समाजातील रयतेची व छोट्या व्यावसायिकांची कशा स्वरूपाची पिळवणूक करीत असत हे ध्यानात येते. विशेष म्हणजे अशा प्रकारची पिळवणूक शतकानुशतके महाराष्ट्रात चालली होती. कोणा राज्यकर्त्याच्या मनात ती बंद पाडावी म्हणून विचारही आला नव्हता. वतनदार व त्यांच्या अधिकाराखाली असणारी रयत या दोघांनाही यात केव्हा काही बदल होईल, असे वाटले नव्हते.

शिवछत्रपतींनी घडवून आणलेली क्रांती

शिवछत्रपतींचे असामान्यत्व हे की, त्यांनी ही शतकानुशतकांची समाजात चाललेली पिळवणूक बंद पाडावयाची ठरविले; नुसते ठरविले नाही, तर त्याप्रमाणे त्यांनी ती पिळवणूक बंद पाडण्याची योजनाही अमलात आणली. त्यांनी स्वराज्यातील सर्व वतनदारांची इनामे व हक्क-लाजिमे अमानत म्हणजे सरकारजमा केले आणि त्यांच्या मोबदल्यात प्रत्येक वतनदाराच्या वतनाच्या इनामाचा व हक्क-लाजिम्यांचा विचार करून ठरावीक रक्कम बांधून दिली. दुसऱ्या शब्दांत वतनदारांना रयतेकडून व छोट्या व्यावसायिकांकडून ज्या वस्तू नित्यनेमाने फुकटात मिळत होत्या, त्या बंद झाल्या! त्याचप्रमाणे महसुलातील सूट अथवा हिस्सा मिळणेही बंद झाले!

कोणीच कोणापासून मन मानेल तसे अथवा फुकट काही घेऊ नये, हे शिवाजी महाराजांच्या कारभारातील महत्त्वाचे धोरण होते. या धोरणास एक चांगला दाखला शिवकालीन कागदपत्रात सापडतो, तो असा :

चिंचवडच्या देवस्थानास पेण, पनवेल, नागोठाणे येथील मिठागरांतून देवस्थानच्या अन्नछत्रासाठी फुकट मीठ मिळण्याचा रिवाज होता. चिंचवडकर देव तिकडे बैल पाठवून गोण्या भरून फुकटचे मीठ आणीत होते. स. १६७६ साली देवांनी या फुकटच्या मीठ मिळणाऱ्या हक्काची शिवाजी महाराजांकडून सनद करून मागितली. तेव्हा महाराजांनी घेतलेला निर्णय पाहण्यासारखा आहे. महाराज कल्याणचा सुभेदार कोन्हेर रंगनाथ यास लिहितात :

"हाली श्री ने सांगोन पाठविले की सनद पाहिजे म्हणून. तरी या मागे ऐसे चालिले ते चालिले. याउपरी फुकट मीठ कोण्हापासून घ्यावयास द्यावया गरज नाही. मीठ कैली दाहा सेरी गल्याचे मापे खंडी ४ चार रास देविले असे. दिवाणीचे मीठ पैकी सालास इतके देत जाणे. नागोठाणीयास व पणवलीस हे (श्री) बैल पाठवणार नाहीत. पेणेच्याच बंदरास बैल पाठवीत जातील. पेणेचेच बंदरीहून यास सदरहू मीठ साल दर साल देत जाणे. खर्च लिहिणे."[१५] (२२ जून १६७६)

देवधर्माच्या नावाखाली गरीब आगऱ्यांची होणारी पिळवणूक महाराजांनी ज्या भूमिकेतून थांबविली आहे, तीच भूमिका वतनदारांचे हक्क-लाजिमे बरखास्त करण्यात आहे. आपल्या कारकिर्दीत जेव्हा एखादे वतन निर्माण करण्याचा प्रश्न आला, तेव्हा महाराजांनी अशा वतनास इनाम, हक्क-लाजिमा काहीही ठेवला नाही. उदा. जंजिरे, सिंधुदुर्ग बांधल्यानंतर तेथील सबनिशी त्यांनी रामचंद्रपंत अमात्याला दिल्याची एक सनद उपलब्ध आहे; पण या सबनिशी वतनास "सालिन्या तैनाती होनु १०० शेंभरी पातशाही" अशी नख्त नेमणूक केली.[१६] तसेच हे वतन वंशपरंपरेने दिलेले नव्हते. पुढे पंत अमात्याने ते शिवाजी दुसरे यांच्याकडून वंशपरंपरेने कायम करून घेतले.[१७]

शिवकालीन कागदपत्रांतील दाखले

शिवाजी महाराजांनी आपल्या राज्यातील वतनदार व इनामदार यांची वतने व इनामे बरखास्त केल्याचा सर्वप्रथम उल्लेख मिळतो तो सातारा-कऱ्हाड या प्रदेशातील इनामासंबंधीचा. हा प्रदेश अफझलखानाच्या वधानंतर म्हणजे स. १६५९-६० साली महाराजांच्या ताब्यात आला. महाराजांनी वतनसंस्थेवर पहिला प्रयोग या नव्याने जिंकलेल्या प्रदेशात केला. वतनदारच नव्हे, तर गोसावी, ब्रह्मवृंद यांची इनामे त्यांनी खालसा केली. मौजे नाडोली तर्फ मारूल प्रा. कऱ्हाड हा गाव मल्हार गोसावी या सदाव्रती गोसाव्यास इनाम होता. हा गाव पाटण खोऱ्यात येतो. हा प्रदेश जेव्हा महाराजांच्या कबजात आला, तेव्हा इतरांबरोबर त्यांनी गोसावी मजकुराचेही

इनाम खालसा केले. असे करीत असता "इ रीती आपले राज्यात चालिली नाही" असे आपले धोरण जाहीर केल्याचे कागदपत्रांत म्हटले आहे.[१८] गोसावी मजकुरास इनामाऐवजी काही वार्षिक नेमणूकही दिल्याचे दिसत नाही.

दुसरे उदाहरण कऱ्हाड प्रांतातील कृष्णा-कोयना संगमावरील सिद्धपूर (सैदापूर) येथील आहे. कसबे कऱ्हाडच्या ब्रह्मवृंदाला हा गाव आदिलशाही कारकिर्दीत अग्रहार इनाम होता. महाराजांनी हे अग्रहार इनाम अमानत करून प्रत्येक ब्राह्मणाच्या पांडित्याप्रमाणे त्यास धर्मादाय वार्षिक नेमणूक करून दिली! पुढे राजाराम महाराजांच्या कारकिर्दीत हे अग्रहार इनाम पूर्ववत ब्रह्मवृंदास दिले गेले. प्रा।. कऱ्हाडच्या सुभेदारास लिहिलेल्या आज्ञापत्रात राजाराम महाराज म्हणतात :

"त्यास अलीकडे तीर्थरूप राजश्री कैलासवासी छत्रपती स्वामीस देश अर्जानी (प्राप्त) जाला. त्याही कूल (सर्व) वतनदारांच्या वृत्ती अमानत केल्या. त्याबराबरी ब्राह्मणांच्याही वृत्ती अमानत करून ब्राह्मण पाहोन त्यास धर्मादायाची मोईन (नेमणूक) करून दिल्ही होती."[१९]

तिसरे उदाहरण सातारा प्रांतातील कृष्णा-वेण्णा संगमावरील मौजे माहुली या इनाम गावचे आहे. आदिलशाही काळापासून हा गाव ब्राह्मणांना इनाम होता. महाराजांनी हे इनाम खालसा केले. जिंजी मुक्कामी राजाराम महाराजांना केलेल्या अर्जीत हे ब्राह्मण म्हणतात, "समस्त ब्राह्मणांस आदिलशाहीचे वेळेपासून मौजे माहुली संमत मजकूर हा गाव इनाम चालत होता. त्यावरी हा देश राजश्री कैलासवासी स्वामीस हस्तगत जाहला. त्या दिवसापासून ब्राह्मणांचे इनाम अमानत करून ब्राह्मणांच्या योग्यता व कुटुंबे पाहून त्या त्या योग्य ब्राह्मणास धान्य देविले होते."[२०] अशाच प्रकारे कसबे मसूर प्रांत सातारा येथील ब्राह्मण मंडळीच्या इनामाविषयीची कथा आहे.[२१]

वाई-सातारा ते पन्हाळा-विशाळगडपर्यंतचा प्रदेश महाराजांनी जिंकून घेतल्यावर पुढे शाहिस्तेखानाच्या स्वारीच्या दरम्यान कारतलबखानावर विजय मिळविल्यानंतर त्यांनी द. कोकणची स्वारी हाती घेतली आणि दाभोळ, शृंगारपूर (प्रभावली) इत्यादी प्रदेश जिंकून घेतला - (स. १६६१). महाराजांनी आपले वतनविषयक धोरण तेथे लगेच जारी केल्याचे दिसून येते. त्यानुसार कोकण प्रदेशातील वतनदारांची वतने अमानत केली गेली. २१ एप्रिल १६६२ रोजी प्रभावलीचा सुभेदार पिलाजी नीळकंठराव यास पाठविलेल्या आज्ञापत्रात आपण जिंकलेल्या प्रदेशात कशा प्रकारची वतनदारांची व्यवस्था लावली आहे, याविषयी महाराज सविस्तर लिहितात :

"साल गु।। तल कोकण मुलकाची कबजादत बदल खासा स्वारी तल कोकणात होऊनु मुलूक कब्ज जाहाला. ते वक्ती श्रृंगारपूरकर सूर्वे व कोकणातील पातशाई अमलदार यांणी बेमानी केली. ते नतीजा पोहचोन उधलोन गेले. मुलकातील

रयतीस सरंजामाबद्दल वतनदार व रयत यास सरकारातून कौल सादर जाहालेवर केसो नायक बिन राघो नाईक मावलंगकर व सारे वतनदार मामले मजकूर सरकारी खिजमतीस हाजीर जाहाले. साल मजकुरी रंगो नाईक मावलंगकर सरदेसाई मामले मा। यांणी किले राजगडच्या मुकामी हुजूर येऊन अर्ज केला जे आपले सरदेशमुखीचे वतन मामले मा । व मामले दाभोल पिडी दर पिडी कदम इस्तकबिलपासून ता। सालगुदस्तापावेतो चालत आले. हाली तल कोकण साहेबांस अर्जानी जालेवर साहेबी सेवकावर मेहेरबान होऊन कौल सादर केले. यावर आपण वतनाचे बाबे खिजमतीस हाजीर जाहालो. हाली दिवाणातून सारी वतने अमानत जाली. आपले कबिजा हक व लावाजिमा व इनामती अमानत जाल्या. आपणे तो साहिबाचे खिजमतीस एकसान असो. साहेबी मेहेरबान होऊन सेवकाची वतनावर स्थापना केलिया व कुटुंबास अन देऊन उस्तवारी केलिया उमेद धरून एकसान चाकरी करू व ये बाबे तुम्ही इलतिमास लिहिली. बा। इलतिमास खातरेस आणून व रयत मामुरीवर नदर देऊन बेकदीम चतनदार याबद्दल नायक मा । यास दोनी मामले मा । सरदेशमुखी वंशपरंपरेने करार करून नाईक मा। यास मामले प्रभावलीचे जमाबंदीवर पटी पसोडी हक लारी २००० दोन हजार रयत निसबत करार केली असे. तरी तुम्ही मा । मा । जमाबंदीवर रयत निसबत सदरहू लारी २००० दोन हजाराची सीस्त दर साल नाईक मा। देवीत जाणे. दर साल ताजा सनदेचा ऊजूर न धरणे. मामले दाभोलची पटी पछोडी हक याची सीस्त होणे त्यास मा। मा। चे अमलदार व वतनदार हुजूर आणविले आहेत ते आलियावर होईल...''[२२]

तळ कोकण काबीज केल्यावर मुलखातील सर्व वतनदारांची वतने हक्क-लाजिमे, इनामासह अमानत करून त्यांना त्याच्या मोबदल्यात दिवाणातून रोख नेमणुका केल्याचे महाराजांच्या या आज्ञापत्रातून स्पष्ट होते. मामले दाभोळचे वतनदार हुजूर आणविले असून त्यांचीही या पद्धतीने लवकरच शिस्त लावली जाईल, असे शेवटी महाराजांनी म्हटले आहे!

कोकण प्रदेशातील वतन अमानतीचे आणखी दोन उल्लेख इतरत्र कागदपत्रांत सापडतात. पहिला उल्लेख दाभोळ प्रांतातील महाजनकीच्या वतनासंबंधीचा आहे. स. १७२१-२२ साली कान्होजी आंग्रे यांनी दाभोळच्या सुभेदारास लिहिलेल्या पत्रात म्हटले आहे - ''बाजी बिन भानजी राणा कसबे पंचनदी तर्फ मजकूर (दाभोळ) हुजूर येऊन विदित केले की महाजनकीचे हक्क दाहीजा टक्के चारशे आपणास हशील होता. त्याजवरी महाराज राजश्री छत्रपती थोरले कैलासवासी स्वामी याही बटाई करविली. हक्क लाजिमा कुल मना करून मुशाहिरा केला...''[२३]

असाच दुसरा उल्लेख ज्योतिषवृत्तीसंबंधी आहे. पुढे सातारच्या मुक्कामी शाहू महाराजांसमोर कैफियत मांडत असता का । गुहागरचा हर जोशी ज्योतिषी म्हणतो,

“त्यासी महाराज राजश्री थोरले कैलासवासी स्वामीनी पातशाही मुलूक कबज करून स्वराज्य केले... त्यावरी... स्वामी यांणी स्वराज्यात बटाईचा तह केला. ते समयी मुलूखाचे पाहणी करून दस्त जमिनीचा आकारला. त्यापासून वृत्ती अमानत केल्या होत्या. (त्यामुळे) आपले वडील सहकुटुंब वाराणसी यात्रेस जाऊन काशीवास करून राहिले.”[२४]

उपरिनिर्दिष्ट दोन्ही साधनांत महाराजांनी केलेल्या बटाईचा (जमीन-धारा - निश्चिती) उल्लेख येतो. ही बटाई केव्हा झाली? जेधे शकावली म्हणते की, महाराजांनी स. १६६७ साली बटाई केली.[२५] पण कोकण प्रदेशातील बटाईचे हे उल्लेख तत्पूर्वीचे दिसतात. याचा अर्थ मावळ प्रांतात स. १६६७ साली बटाई होऊन वतनदारांची वतने अमानत केली गेली; पण कोकण प्रदेशात ती यापूर्वीच अमानत केली गेली होती.

मावळ प्रांतात बटाईनंतर वतने अमानत केल्याचा उल्लेख शाहू महाराजांनी रामाजी बावाजी दिघे यास दिलेल्या वतनपत्रात येतो. रामाजीस वाळकी खोरे तर्फ पौन मावळ येथे १६ गावांचे ज्योतिष व कुलकर्ण होते; पण शिवाजी महाराजांनी बटाईनंतर इतर वतनदारांबरोबर आपलेही वतन खालसा केल्याचे रामाजी आपल्या तकरीरीत म्हणतो, “त्याउपरी महाराज राजश्री कैलासवासी थोरले स्वामींचे वेळेस मावळे प्रांती बटाईचा तह जाला. वतनदारास मुशाहिरे (वेतन) केले. लिहिणे वाढले.”[२६]

मावळ प्रांतातील वतनदारांविषयीचा याहीपेक्षा महत्त्वाचा एक कागद उपलब्ध आहे. तो राजाराम महाराजांच्या कारकिर्दीतला आहे. राजाराम महाराजांचा मावळ प्रांताचा सुभेदार महादजी शामराज हा मुठे खोऱ्याच्या हवालदार व कारकून यांना लिहितो - “मोगलाची धामधूम आपल्या राज्यात आजी तीस वर्षे होत आहे. यामुळे मुलूख वैरान जाला. त्यास साल गु॥ मोगलास रायगड कबज जाला. मुलखात मोगलाईचा अमल चालिला. हली श्रीकृपेने आपल्या राज्याचा मामला थाटात चालला. ऐसियास देशमुख व देशकुलकर्णी ता। मा। सुभा येऊन अर्ज केला की आपण वतनदार राजश्री साहेबाच्या पायाशी एकनिष्ठ आहो. राजश्री कैलासवासी स्वामीचे वेलेस आपली वतने आमनत करून हक्क्काच्या मोईनी (रोख नेमणुका) करून देत असेती. सांप्रत गनिमाचे धामधुमेकरिता व दुकालाकरिता रयत गेली. मेली. जुजबी राहिली. त्यास खावयास रहावयास नाही. ये जातीचा रयतीचा विचार जात्या आहे. रयतीचा बहुत वजा दिलासा करून कीर्दमामुरी करून साहेबांच्या किलाकोटासी मदती करावी लागते. तरी साहेबी आम्हा वतनदारांवरी कृपादृष्टी पाहोन आमची वतने इनामती व इसाफती हकलाजिमे जे आहेती ते आमची आमचे दुमाला केली पाहिजे म्हणून अर्ज केला. त्यावरून हकीकत मनास आणून पहाता

वतनदाराची वतने दरोबस्त दुमाले (परत) केलियाविरहीत पोटतिडीक लागून मुलूख मामूर होत नाही व मुलकाचा जप्तरप्त होत नाही. ऐसे कलो आले. त्यावरून देशमुख व देशकुलकर्णी व मोकदम व बाजे वतनदार यांची वतने इनामती व इसाफती हकलाजिमे व इनामतीची शेते व शेरीया यांची यांचे दुमाला केली आसेती. तुम्ही सदरहू लिहिलेप्रमाणे वर्तणूक करणे.''[२७]

हे पत्र अनेक दृष्टीने अत्यंत महत्त्वाचे आहे. यावरून मावळ प्रांतातील सर्व वतनदारांची वतने त्यांच्या हक्क -लाजिमे - इनामांसह शिवाजी महाराजांनी सरकारजमा केली होती, हे तर स्पष्ट होतेच आहे; पण ही वतने राजाराम महाराजांच्या कारकिर्दीत कोणत्या असाधारण परिस्थितीत वतनदारांना परत दिली गेली, याचीही चांगली कल्पना येते. मोगलांची धामधूम व दुष्काळ यामुळे रयत मेली, परागंदा झाली, तेव्हा वतनदारांची वतने परत केल्याशिवाय मुलखाची कीर्दमामुरी होत नाही, जप्तरप्त राहत नाही आणि वतनदारही पोटतिडकीने कामास लागत नाही, असे ध्यानात आल्यावरून ही वतने परत दिली गेली, असे या पत्रात म्हटले आहे. शिवाजी महाराजांनी स्वराज्य उभारत असता जे आदर्श प्रशासन निर्माण केले, त्या प्रशासनातील एक पुरोगामी व क्रांतिकारी सामाजिक दंडक अशा परिस्थितीच्या दबावाखाली कोसळला!

वतनदारांना वेतनदार बनविले, ही मोठीच कामगिरी

आतापर्यंतच्या चर्चाचिकित्सेतून हे स्पष्ट होईल की, शिवाजी महाराजांनी समाजात पिढ्यान्‌पिढ्या वर्चस्व गाजविणाऱ्या वतनदारांची वतने त्यांच्या हक्क - लाजिमे-इनामांसह सरकारजमा केली आणि त्याच्या मोबदल्यात त्यांना रोख नेमणुका करून दिल्या. शिवकालीन वतन म्हणजे केवळ त्या वतनदाराची सेवा चाकरी नव्हे, तर त्या सेवा चाकरीच्या मोबदल्यात त्यास मिळणारे हक्क-लाजिमे, इनामे हेही होत. त्या सर्वांचे मिळून 'शिवकालीन वतन' बनत होते. वतनदारांचे हक्क - लाजिमे, इनामे सरकारजमा केल्यावर वतनदारांजवळ शिल्लक राहते ती केवळ सेवाचाकरी. मग केवळ अशा सेवाचाकरीस वतन म्हणायचे का? शिवकालीन वतनदार अशा केवळ सेवाचाकरीस 'वतन' म्हणावयास तयार नाहीत, असे दिसते. कारण राजाराम महाराजांच्या कारकिर्दीत हे 'माजी' वतनदार थोरल्या स्वामींनी वतने अमानत केली ती आमची आम्हाला परत करावीत म्हणून विनंती करताना दिसतात. राजाराम महाराजांनी ती त्यांना परत केली. म्हणजे वतनदारांना त्यांचे हक्क-लाजिम्यांसह खरेखुरे वतन प्राप्त करून दिले.

मग शिवाजी महाराजांनी वतनदारांची वतने अमानत केल्यानंतर त्यांची अवस्था कशा स्वरूपाची बनली, याचा विचार करता ती अवस्था वतनदारांची न राहता ती

वेतनदारांची बनली हे उघड होते.

१९व्या शतकात इंग्रज सरकारने ज्या प्रशासकीय सुधारणा केल्या, त्यात वतनदारांची वतने खालसा करून त्यांना वेतनदार बनविल्याची सुधारणा मोडते. 'गावगाडा' या प्रसिद्ध ग्रंथाचे लेखक त्रिंबक नारायण आत्रे लिहितात, "पुढे सरकारने परगणे वतनदारांची चाकरी वजा करून त्यांना नक्त नेमणुका ठरवून दिल्या. इसवी सन १८३९चा आक्ट २० अन्वये शेव, फसकी, वाणगीसारखे यच्चयावत पांढरी हक्क ऊर्फ मोहतर्फा उकळण्याची झाडून सर्व वतनदारांना सरकारने मनाई केली आहे. सर्व्हे सेटलमेंटप्रमाणे परगणे वतनदार व पाटील-कुलकर्णी ह्यांना घुगरी, सळई, बलुत्यासारखे काळीचे हक्क उकळण्याची बंदी केली आहे आणि पाटील-कुळकर्ण्यांची चाकरी वंशपरंपरेने कायम करून त्यांना त्यांच्या सर्व परभारे उत्पन्नाबद्दल वसुली रकमेवर रोकड मुशाहिरा ठरवून दिला आहे."[२८]

जी गोष्ट स्वत:स आधुनिक म्हणवणाऱ्या इंग्रज राज्यकर्त्यांनी स. १८३९ साली केली, तीच गोष्ट आमच्या शिवछत्रपतींनी सुमारे पावणेदोनशे वर्षांपूर्वी महाराष्ट्रात घडवून आणली होती! इंग्रज राज्यकर्त्यांप्रमाणे महाराजांनीही वतनदारांना 'वेतनदार' बनविले होते. शतकानुशतके समाजावर आपल्या वतनाच्या आधारावर वर्चस्व गाजविणाऱ्या वतनदारांना वेतनदार बनविणे, ही गोष्ट सामान्य नव्हती. ते एक क्रांतिकार्यच होते.

येथे आणखी एका गोष्टीचा खुलासा करावयास हवा. तो म्हणजे वतनदारांचे हक्क-लाजिमे व इनामे महाराजांनी बरखास्त केले; पण मुलखातील पूर्वीची त्यांची कामे त्यांनाच सांगितली. त्यांच्या जागी इतर व्यक्तींच्या नेमणुका त्यांनी केल्या नाहीत. म्हणजे आदिलशाही कारकिर्दीतील पाटील-कुलकर्णी स्वराज्यातही पाटील-कुलकर्णीचीच कामे करीत राहिले; देशमुख-देशपांडे हे देशमुखी - देशकुलकर्णीची कामे करीत राहिले. एवढेच नव्हे, तर त्यांना त्यांच्या वतनाच्या सनदाही महाराजांनी दिल्या. महाराजांनी दिलेल्या या सनदांमुळेच त्यांनी वतनदारांची वतने बरखास्त न करता चालविली असा इतिहासकारांचा गैरसमज झाला आहे.

महाराजांनी वतनदारांचे समूळ उच्चाटन केलेले नाही. यास दोन कारणे संभवतात. पहिले असे की, पिढ्यान्‌पिढ्या ही वतनदार मंडळी मुलखाची वसाहत करणे, जमीन लागवडीस आणणे, जमीन-महसुलीत दिवाणास मदत करणे, परचक्राच्या समयी किल्लेकोटास मदत करणे इत्यादी कार्ये करीत आलेली होती; त्या कार्याचा अनुभव पिढ्यान्‌पिढ्या त्यांच्याकडे चालत आला होता. महाराजांनी या अनुभवाचा उपयोग स्वराज्य उभारणीच्या कामी करून घेतला. दुसरे कारण असे की, वतनदारांचे समूळ उच्चाटन केले असते तर देशमुख-देशपांडे यांसारख्या बड्या वतनदारांनी मुलखात दंगेधोपे सुरू करून पुंडावा केला असता; प्रसंगी शत्रूशी

हातमिळवणी केली असती. त्यामुळे स्वराज्याच्या अंतर्गत सुरक्षिततेस धोका निर्माण झाला असता. महाराज सुज्ञ प्रशासक होते. त्यांनी हा धोका कौशल्याने टाळला होता.

वतनदारांच्या समूळ उच्चाटनाकडे वाटचाल

भारताला स्वातंत्र्य मिळाल्यानंतर सरदार वल्लभभाई पटेल यांनी संस्थानिकांची संस्थाने व संस्थानी अधिकार बरखास्त केले; पण त्यांचे समूळ उच्चाटन न करता त्यांना त्यांच्या दर्जानुसार तनखे सुरू केले. संस्थाने बरखास्त झाल्याने संस्थानिक निष्प्रभ झाले. पुढे इंदिरा गांधींनी त्यांचे उरलेसुरले तनखे बंद करून भारतीय समाजातील संस्थानिकांच्या सरंजामी अवशेषाचे समूळ उच्चाटन केले. संस्थानिकांच्या उच्चाटनाच्या या जशा दोन पायऱ्या होत्या, तद्वतच वतनदारांच्या उच्चाटनाच्या दोन पायऱ्या होत्या. पहिल्या पायरीच्या योजनेप्रमाणे शिवाजी महाराजांनी वतनदारांना पूर्ण निष्प्रभ करून टाकले. दुसऱ्या पायरीपर्यंत जाण्याइतका कालावधी दुर्दैवाने त्यांना मिळाला नाही. तसा तो त्यांना मिळाला असता, तर महाराष्ट्रात वतनदारांची नावनिशाणीही दिसली नसती!

संदर्भ

१. सभासदविरचित छत्रपति श्री शिवाजीराजे यांची बखर, पृ. २६-२७

२. कित्ता, पृ. २७

३. कित्ता, पृ. २६

४. रामचंद्रपंत अमात्यकृत आज्ञापत्र, पृ. ८६

५. कित्ता, पृ. ८७

६. कित्ता, पृ ८८-८९

७. कित्ता, पृ. ८९-९०

८. कित्ता, पृ. ८६-८७

९. कित्ता, पृ. ८८

१०. शिवकालीन महाराष्ट्र, पृ. २६

११. बावडा दप्तर, खं. १, पृ. ३७

१२. कित्ता, पृ. ४६-४७

१३. कित्ता, पृ. ९, ३२-३३, ३७-४१, ४३-५०, ५५-६२, ६८-७०, ८९-९२, १००-१०९, १२०, १५७-१५८, १६६-१६८, १७३-१७४

१४. शिवकालीन महाराष्ट्र, पृ. ३३-३४

१५. छत्रपती शिवाजी महाराज यांची पत्रे, पृ. १८८

१६. बावडा दप्तर, खं. १, पृ. ९

१७. कित्ता, पृ. १०८-१०९

१८. सनदापत्रांतील माहिती, पृ. १३५

१९. कित्ता, पृ. १३७

२०. कित्ता, पृ. १३६

२१. कित्ता, पृ. १३८

२२. शिवकालीन पत्रसार-संग्रह, खं : १, पृ. २१२-२१३

२३. सनदापत्रांतील माहिती, पृ. १४३

२४. कित्ता, पृ. १५५

२५. शिवचरित्र प्रदीप, पृ. २४

२६. सनदापत्रांतील माहिती, पृ. १४४

२७. शिवचरित्र साहित्य, खं. ६, पृ. ७७-७८

२८. गावगाडा, पृ. ४७-४८

शिवछत्रपतींचे कुल : वास्तव कोणते आणि मिथक कोणते?

महाराष्ट्राला 'मऱ्हाटीपण' ज्या थोर पुरुषांनी बहाल केले आहे, त्यात शिवछत्रपती अग्रस्थानी आहेत. स्वाभाविकच 'शिवचरित्र' हा नेहमीच मराठी संशोधकांना आकर्षणाचा विषय ठरला आहे. तो शिवभक्तांना जसा आवाहन करणारा आहे, तसा अभ्यासकांना आव्हान देणारा आहे. ही आव्हाने शिवचरित्रात असणाऱ्या अनेक वादांच्या ठिकाणांमुळे निर्माण झाली आहेत. हे वाद शिवजन्मापासून शिवमृत्यूपर्यंत आपणास पाहावयास मिळतात. एवढेच नव्हे, तर त्यांचे भोसलेकुलही एक वादाचा विषय झाले आहे. आतापर्यंत इतिहासाचार्य राजवाड्यांच्यापासून डॉ. ग. ह. खऱ्यांपर्यंत अनेक विद्वानांनी आपली मते या संदर्भात व्यक्त केली आहेत. आता या वादाचा कायमचा निकाल लावण्याच्या विशुद्ध हेतूने डॉ. रा. चिं. ढेरे यांनी आपल्या 'शिखरशिंगणापूरचा श्रीशंभुमहादेव' या ग्रंथाच्या रूपाने हा प्रश्न 'ऐरणीवर' आणून ठेवला आहे.

राजवाड्यांच्या परंपरेतील शेवटचा तपस्वी संशोधक म्हणून डॉ. ढेरे यांचे महाराष्ट्राच्या विद्वत्सभेत स्थान आहे. प्रस्तुतचा ग्रंथ त्यांच्या या लौकिकाला साजेल असाच आहे. महाराष्ट्र-कर्नाटक-आंध्र अशा विस्तीर्ण प्रदेशात अनेक शोधयात्रा करून त्यांनी गावे, मंदिरे, मूर्ती, शिल्पे, लोकपरंपरा, लोकसाहित्य, शिलालेख, स्थळपुराणे इत्यादींचा बारकाईने शोध घेतला आहे. या शोधयात्रांतूनच शिखर शिंगणापुरी शंभूमहादेवाची स्थापना करणाऱ्या बळीप गवळीराजाच्या मिथकाचा कोश फाडून त्यास त्यांनी ऐतिहासिकत्व प्राप्त करून दिले आहे. डॉ. ढेरे यांचे हे मराठी सांस्कृतिक इतिहासातील फार लक्षणीय योगदान आहे. त्याबद्दल त्यांचे अभिनंदनच केले पाहिजे. बळीपाविषयीचे आपले गृहीत-प्रमेय सिद्ध करण्यासाठी त्यांनी चक्रधराच्या लीळाचरित्रापासून चिन्मयदासाच्या मांगीशमाहात्म्यापर्यंत धांडोळा घेऊन बळीप गवळीराजाचे ऐतिहासिकत्व प्रमाणित केले आहे.

असे असले, तरी डॉ. ढेरे यांच्या ग्रंथांतर्गत सर्वच मतांशी आम्ही सहमत होऊ

शकत नाही. आमची ही असहमती ज्ञानाच्या क्षेत्रातील त्यांच्या ज्येष्ठत्वाचा आदर राखून, व्यक्त केली जात आहे. त्यासाठी त्यांनी बळीपकथा व शिवछत्रपतींचे भोसले कुल याविषयी जी प्रमेये मांडली आहेत, ती आपण प्रथम पाहावयास हवीत. डॉ. ढेरे यांच्या प्रमेयांचा आशय पुढीलप्रमाणे आहे –

''माणदेशातील शिखर-शिंगणापूरच्या श्रीशंभुमहादेवाची स्थापना त्याचा अनन्यसाधारण भक्त बळी ऊर्फ बळीप अथवा बळीयप्पा या राजाने केली. हा राजा गवळी-धनगर या पशुपालक समाजातील असून, त्याचा उल्लेख 'गवळी राजा' म्हणून येतो. हा उत्तर कर्नाटकातील पूर्वीच्या धारवाड जिल्ह्यातील सोरटूर या प्रदेशातून माणदेशात स्थलांतरित झाला. त्याचे हे स्थलांतर १२व्या शतकात घडले. हा बळीप म्हणजे सेऊण यादवांच्या पंचम भिल्लम या राजाच्या मुलीचा मुलगा व कुरहा भिल्लमचा भाचा होता. एवढेच नव्हे, तर हा कर्नाटकातील 'होयसळ' यादव या राजघराण्यापैकी होता. 'होयसळ' या नावावरूनच त्याच्या वंशजांना पुढे 'भोसले' हे कुलनाम प्राप्त झाले. माणदेशातील सामाजिक पर्यावरण पुरातन काळापासून गवळी-धनगर या पशुपालक समाजानेच घडविले असून, त्याचा संबंध दक्षिणेशी आहे. शिखर-शिंगणापूरचा श्रीशंभुमहादेव मूलत: श्रीशैलीचा मल्लिकार्जुन असून बळीप राजानेच त्याचे शिखरशिंगणापुरी शंभुमहादेव म्हणून प्रकटीकरण घडवून आणले. असा हा माणदेशी स्थलांतरित झालेला गवळी-धनगर समाजातील बळीप राजा हाच खरा मालोजीराजांचा, म्हणजे शहाजीराजांचा, म्हणजेच शिवाजीराजांचा मूळ कुलपुरुष आहे. या घटनेस शहाजीराजांच्या पदरी असलेल्या वेदपंडित व जयराम पिंडे या दोन कवींची नि:संदिग्ध साक्ष आहे. तेव्हा भोसल्यांचा रजपूत सिसोदिया कुलाशी संबंध दाखविणारे सर्व पुरावे तद्दन असत्य, परिणामी, अग्राह्य आहेत. शिवाजी महाराजांचे रजपूतत्व हे एक 'मिथक' आहे.''

या प्रश्नाच्या दोन बाजू आहेत. पहिली म्हणजे भोसल्याचे कुल रजपूतवंशीय असून ते उदयपूरच्या सिसोदिया घराण्यापासून उत्पन्न झाले आहे. दुसरी म्हणजे भोसले हे मूळचे महाराष्ट्रातीलच असून, त्यांचा रजपूतांशी संबंध जोडणे पूर्णपणे अनैतिहासिक आहे. डॉ. ढेरे यांनी दुसरी बाजू उचलून धरून शिवछत्रपतींचे कुल दक्षिणेतील, विशेषत: महाराष्ट्रातीलच आहे, त्यातही विशेष म्हणजे ते पशुपालन करणाऱ्या गवळी-धनगर समाजातून उदयास आले आहे, असा सिद्धान्त मांडला आहे. या सिद्धान्तास डॉ. ढेरे यांनी वेदपंडित व जयराम पिंडे हे दोन साक्षीदार उभे केले आहेत. हे दोघेही शहाजीराजांच्या पदरी असणारे संस्कृत कवी आहेत. या दोघांच्या साक्षी नि:संदिग्ध शब्दांत व्यक्त झाल्या आहेत, असे डॉ. ढेरे यांचे मत आहे; पण प्रत्यक्षात वेदपंडिताची साक्ष संदिग्ध आहे, तर जयराम पिंडेची साक्ष नि:संदिग्ध शब्दांत त्यांच्या विरोधात जाणारी आहे.

शहाजीराजाची प्रशस्ती करणाऱ्या 'संगीत मकरंद' या संस्कृत काव्यग्रंथातील वेदपंडिताची साक्ष अशी आहे...

''सौराष्ट्र देशात एक राजा राज्य करीत होता. तो सोमनाथाचा (शिवाचा) मोठा भक्त होता. त्याच्या नगरीत एक गरीब पुण्यात्मा ब्राह्मण राहत होता. तोही सोमनाथाचा अनन्य भक्त होता. एकदा सोमनाथाच्या पूजेवरून त्या राजाचा त्या ब्राह्मणाशी संघर्ष झाला. हा संघर्ष खुद्द सोमनाथानेच त्या राजाचा भक्तिगर्व उतरविण्यासाठी घडवून आणला होता. हे राजाच्या लक्षात आल्यावर त्यास उपरती होऊन त्याने स्थलांतर केले. ज्या पर्वतावर शिवाने एक सुंदर भिल्लाकृती धारण केली होती त्याच ठिकाणी राजाने वसती केली. याच राजाच्या वंशात पुढे कालांतराने खेलोजी-परसोजी-बाबाजी-मालोजी-शहाजी असे राजे झाले. मालोजीराजाने तिथे एक तलाव निर्माण केला.''१

वेदपंडित या राजाचे नाव सांगत नाही किंवा त्याने स्थलांतरित केलेले ठिकाणही सांगत नाही. तथापि, बळीप-कथा सांगणाऱ्या अन्य साधनांवरून हा बळीपराजा असावा, असे अनुमान बांधावे लागते. तेव्हा केवळ अनुमानाने प्रमाणित होणाऱ्या साक्षीस 'नि:संदिग्ध' असे कसे म्हणता येईल? विशेष म्हणजे अशी संदिग्धता वेदपंडिताने का ठेवली असेल?

याचे खरे कारण खुद्द वेदपंडितालाही बळीपराजा हा मालोजी राजाचा पूर्वज आहे, याबद्दल खात्री नाही; कारण तशी खात्री असती, तर त्याच्या कथेतील राजाचे नाव त्याने बळीप म्हणून स्पष्ट दिले असते. डॉ. ढेरे म्हणतात त्याप्रमाणे तो पंचम भिल्लमचा नातू व होयसळ यादव राजघराण्यापैकी होता, तर अशा राजपुरुषाशी मालोजीराजाचा संबंध स्पष्टपणे बळीपाचे नाव घेऊन वेदपंडिताने का जोडला नाही?

याचे संभाव्य उत्तर असे की, शिखर-शिंगणापुरी बळीपराजाने शंभुमहादेव आणला, ही लोककथा वेदपंडिताला माहीत होती. तसेच शहाजीराजांचे पिता मालोजीराजांनी शिखरशिंगणापुरी शिवभक्तीने प्रेरित होऊन एक तलाव बांधला होता, हीही कथा त्यास ज्ञात होती. या पार्श्वभूमीवर बळीपकथेची सांगड मालोजीकथेशी घालण्याचा कविसुलभ मोह त्याला पडला आणि त्याने बळीपकथेचे शिर मालोजीकथेच्या धडावर बेमालूमरीत्या रोपण केले. ही एक प्रकारची साहित्यिक क्षेत्रातील अवयवरोपण शस्त्रक्रियाच म्हणावी लागेल! डॉ. ढेरे यांनी अशा शस्त्रक्रियेमुळे वेदपंडिताच्या बळीपकथेत निर्माण होणारी संदिग्धताच नव्हे, तर संशयास्पदता लक्षात घेतलेली नाही.

डॉ. ढेरे यांचा दुसरा महत्त्वाचा साक्षीदार आहे शहाजीराजाच्या दरबारातील कवी जयराम पिंडे. त्याने शहाजीराजाचे चरित्र कथन करणारा 'राधामाधवविलासचंपू' नावाचा एक काव्यग्रंथ रचला व संपादित केला आहे. त्यामध्ये संस्कृतातील शहाजीचरित्र व शहाजीराजाचे गुणगान करणारी मराठी, हिंदी आदी भाषांतील कवने

दिलेली आहेत. त्यातील मराठी कवनातील बहुचर्चित असे जे कडवे डॉ. ढेरे यांनी पुरावा म्हणून पुढे केले आहे, ते असे आहे –

“महीच्या महेंद्रामधे मुख्य राणा । बलीपास त्याचे कुळी जन्म जाणा।
तयाचे कुळी मालभूपाल झाला । तयाने जले शंभु संपूर्ण केला ।।[२]

या कडव्यातील ‘बलीपास’ हा शब्द अत्यंत महत्त्वाचा आहे. डॉ. ढेरे यांनी तो बळीपाला उद्देशून आहे, असे स्वीकारले; आणि ते त्यांच्या बळीपकथेच्या व तिच्याशी संबंधित भोसलेकुलकथेच्या अनुरोधाने सोयीचे आहे, हे उघड आहे.

राजवाड्यांनी ‘राधामाधवविलासचंपू’ च्या प्रस्तावनेत या कडव्याची चर्चा करून ‘बलीपास’ याचे वाचन ‘वलीपास’ असे केले आहे; आणि या नावाची व्युत्पत्ती अवनीपाश्व = वनीपाश्व = वलीपास अशी दिली आहे; पण ती अभ्यासकांना पटलेली नाही. तथापि, राजवाड्यांनी या कवनाच्या आधारे ‘भोसल्यांचे रजपूतत्व म्हणजेच क्षत्रियत्व व शिसोदियावंशत्व’ सिद्ध होते आहे, असा स्पष्ट अभिप्राय दिलेला आहे.[३]

पुढे ‘बलीपास’ या शब्दाची चिकित्सा करताना भारताचार्य चिं. वि. वैद्य यांनी मोडी लिपीतील ‘द’ चे ‘ब’ असे चुकीचे वाचन झाले असून, ‘बलीपास’ या शब्दाला ‘दलिपास’ असा पर्याय सुचविला आणि हा दलिप म्हणजे चितोडच्या राणा लक्ष्मणसिंहाचा धाकटा बंधू दिलीप होय, असे म्हटले. तसेच उपरोक्त कवनात आलेला ‘राणा’ हा शब्द उदयपूरच्या राण्यासंबंधानेच आलेला आहे, असे प्रतिपादन केले. भारताचार्यांचे हे विवरण अधिक सयुक्तिक आहे; पण डॉ. ढेरे यांना ते मान्य नाही. त्यांच्या मते भारताचार्यांनी आपल्या ‘पूर्वग्रहित मताच्या समर्थनाच्या सोयीसाठी प्रमाणांचा विपर्यास’ केलेला आहे.[४]

भारताचार्य वैद्यांनी ‘राणा’ शब्दाचा जो संदर्भ सूचित केला आहे, तोही डॉ. ढेऱ्यांना मान्य नाही. त्यासाठी ज्ञानेश्वरीपासूनच्या अनेक साधनांत ‘राणा’ हा शब्द मराठीत कसा येऊन गेला आहे, याची त्यांनी अनेक उदाहरणे दिली आहेत.[५]

पण आमच्या माहितीप्रमाणे शिवकालीन हिंदुस्थानातील राजांमध्ये ‘राणा’ ही बिरुदावली विशेषत्वाने उदयपूरच्या राजासच लावली जात होती; पण हे प्रमाण स्वीकारले, तर भोसले कुलाचा सिसोदिया वंशाशी संबंध प्रस्थापित होतो, तसा होणे डॉ. ढेरे यांना सोयीचे वाटत नाही.

जयराम हा स्वत:ला ‘द्वादशभाषाकोविद’ म्हणवून घेत असल्याने त्याने संस्कृत खेरीज मराठी, हिंदी(ब्रज), ढुंढरी आदी अनेक भाषांत कवने रचून ती ‘राधा-माधवविलासचंपू’त समाविष्ट केलेली आहेत. त्यातील ब्रज भाषेतील एका कवनात ‘सिसोदिया’ कुलाची व्युत्पत्ती ‘सिसोदिये कुल सीसो दीसो दियो है’ अशी देऊन म्हणजे शहाजीराजांचे कुल सिसोदिया आहे, असे घोषित करून त्याने डॉ. ढेरे यांची

मोठी अडचण केली आहे. एवढेच नव्हे, तर त्याच ग्रंथात जयरामाने ढुंढरी भाषेतील एक कवन दिले आहे. त्यात तर त्याने शहाजीराजांस राजगड-चितोडच्या राण्याचा भाऊबंद असे स्पष्ट म्हटले आहे.[६] पुढे कालांतराने जयरामाने शिवाजी महाराजांच्या पन्हाळा विजयावर 'पर्णालपर्वतग्रहणाख्यानम्' नावाचे काव्य रचले आहे, त्यात शिवाजी महाराज मिर्झा राजा जयसिंगाचे 'जातभाई' होते, असा स्पष्ट उल्लेख केला आहे.[७] येथे एक साधा प्रश्न उपस्थित होतो की, जो जयराम भोसल्यांचे कुल सिसोदिया म्हणून घोषित करतो, जो शहाजीराजास चितोडच्या राण्याचा भाऊबंद म्हणून संबोधितो व जो शिवाजी महाराजांना मिर्झा राजा जयसिंगाचा जातभाई म्हणून मानतो, तो जयराम आपल्या मराठी कवनात मालोजीराजाचा पूर्वज म्हणून गवळी राजा बळीपाचे नाव कसा देईल?

डॉ. ढेरे यांनी या प्रश्नास ग्रंथांतर्गत उत्तर दिलेले आहे. त्यांच्या मते हे जयरामाचे स्वत:चे उद्‌गार नाहीतच मुळी! उत्तरेतील भाट-चारण व त्यांच्या प्रकृतीचे कवी शहाजीच्या प्रशस्तीस उभे राहिले तर त्याच्याविषयी काय बोलतील, याचे नमुने त्याने सादर केलेत! एक प्रकारे जयरामाचे हे 'द्वादशभाषायुक्त स्तुतिनाट्य' आहे![८] जयरामाचे हे स्तुतिनाट्य होते, हे डॉ. ढेरे यांचे मत ग्राह्य धरले, तरी शहाजीराजाला मान्य नसणाऱ्या कुळामध्ये भोसल्यांना उभे करण्याचे धार्ष्ट्य त्याच्या पदरी असणारा एखादा कवी दाखवू शकेल काय, हा प्रश्न विचारात घेण्यासारखा आहे.

शहाजीराजास 'सिसोदियाअवतंस' असे संबोधणाऱ्या जयरामाप्रमाणेच कवी भूषणनेही भोसले कुलास सिसोदिया म्हणून घोषित केले आहे. सिसोदियांची उत्पत्ती सांगत असता तो म्हणतो, "लियो बिरद सिसोदिया, दियो ईसको सीस." डॉ. ढेरे यांनी जयरामाची अथवा भूषणची सिसोदिया शब्दाची व्युत्पत्ती कशी कृत्रिम आहे, हे साधार स्पष्ट करण्याचा प्रयत्न केला आहे;[९] पण ही व्युत्पत्ती चुकीची ठरली, तरी या दोन कवींची भोसलेकुलाविषयीची माहिती चुकीची कशी ठरते?

सारांश, भोसले बळीपराजाचे वंशज होते, हे सिद्ध करण्यासाठी डॉ. ढेरे यांनी जयराम पिंडेची घेतलेली साक्ष त्यांच्या साह्याला तर येत नाहीच, उलट विरोधात जाते. वेदपंडित तर बळीपाचे नावही घेत नाही. त्याची साक्ष संदिग्धच नव्हे, तर संशयास्पदही आहे. या पार्श्वभूमीवर शिवछत्रपतींना बळीपराजाचे वंशज ठरवणारा एकही नि:संदिग्ध पुरावा डॉ. ढेरे यांच्या बाजूवर राहत नाही.

तथापि, डॉ. ढेरे यांचे प्रतिपादन येथेच थांबत नाही. शिवछत्रपतींच्या पूर्वजांचा 'गवळी सिद्धान्त' मांडल्यावर त्यांनी 'रजपूत सिद्धान्ताचे' खंडन मोठ्या कसोशीने केले आहे. शिवकालापासून समाजमान्य झालेल्या रजपूत सिद्धान्तास पुष्टी देणारे प्रत्येक साधन त्यांनी अग्राह्य ठरविले आहे!

उदाहरणार्थ, कृष्णाजी अनंत सभासद आपल्या बखरीत पुरंदरच्या तहाच्या पूर्वी

मिर्झा राजा जयसिंगाशी शिवाजी महाराजांच्या झालेल्या भेटीचा वृत्तांत देताना सांगतो –

"राजे (शिवाजी महाराज) मिरजा राजियासी बोलू लागले की 'आपण, जैसा रामसिंग तैसेच तुम्हास. त्याचे रक्षण कराल तैसे आपले करणे' असे बोलून बैसले. मग जयसिंग बोलला जे 'हीच गोष्ट खरी.' आपण रजपूत, तुम्ही आम्ही एक जाती आहो. अगोदर आपले शिर जाईल. मग तुम्हास काय होणे ते होईल."

पुढे राज्याभिषेकाच्या वेळी गागाभट्टाने शिवाजी महाराजांना तख्ती बसण्याचा आग्रह केला, तेव्हा सभासद सांगतो –

"तेव्हा भटगोसावी म्हणू लागले की तक्ती बसावे. तेव्हा राजियांच्या वंशाचा शोध करिता राजे शुद्ध क्षत्री, शिसोदे, उत्तरेहून दक्षिणेस एक घराणे आले. तेच राजियाचे घराणे शोधिले."[१०]

शिवाजी महाराजांच्या कारकिर्दीचा प्रत्यक्ष साक्षीदार म्हणून या सभासद बखरीचे मोल संशोधकांच्या लेखी मोठे आहे; पण त्यातील भोसले कुलाचा राजपुतांशी निर्देशलेला संबंध अमान्य करताना डॉ. ढेरे यांनी म्हटले आहे की, राज्याभिषेक प्रसंगी उद्‌भवलेल्या विवादाचे शमन करण्यासाठी आणि राज्याभिषेकाच्या संकल्पाच्या पूर्तीसाठी एक सामाजिक व राजकीय गरज म्हणून या रजपूत मिथकाचा वास्तव म्हणून वापर केला गेला.[११]

या रजपूत मिथकाचा अत्यंत मुत्सद्देगिरीने शिवाजी महाराजांनी कसा उपयोग केला, यासंबंधी डॉ. ढेरे लिहितात :

"राज्यभिषेकाच्या संकल्पपूर्तीस अडथळा करणाऱ्या सर्व विरोधी घटकांचा आवाज बंद करण्यासाठी तोच एक जवळचा 'रामबाण' उपाय होता. शिवप्रभूंनी ही समजूत, रजपूतवंशीयत्वाचे हे मिथक, एखाद्या अमोघ शस्त्राप्रमाणे त्या वेळी वापरले आणि इष्ट कार्याची सिद्धी सुखरूपपणे होताच ते अमोघ अस्त्र तत्काळ 'म्यान' केले. पुन्हा त्यांनी त्याचा वापरच नव्हे उच्चारही कधीच केला नाही."[१२]

याचा अर्थ शिवछत्रपतींनी आपल्या एखाद्या पत्रात आपल्या रजपूतत्वाचा उल्लेख केला असता, तर त्यांचे रजपूतत्व डॉ. ढेरे यांनी खरे मानले असते. असा नकारात्मक दृष्टिकोन त्यांनी आणखी काही ऐतिहासिक साधनांबाबत स्वीकारलेला आढळून येतो. उदाहरणार्थ एके ठिकाणी ते म्हणतात, "तंजावर येथे बृहदीश्वर मंदिराच्या भिंतीवर 'भोसलेवंशचरित्र' या नावाची बखर कोरलेली आहे. इ स. १८०३मध्ये पूर्णता पावलेल्या या बखरीत राजस्थान, उदेपूर, सिसोदे वंश यांचा भोसले कुळाच्या संदर्भात ओझरताही उल्लेख नाही. शिवछत्रपतींच्या निर्वाणानंतर सव्वाशे वर्षे लोटल्यावर सिद्ध झालेल्या या बखरीत भोसले कुळाच्या रजपूत संबंधाबद्दल उल्लेख नसावा, याचा अर्थ स्पष्ट आहे. ही रजपूतांसंबंधीची धारणा

शिवराज्याभिषेकाच्या संकल्पाच्या वेळी, तत्कालीन राजकीय गरज म्हणूनच महाराष्ट्रात स्वीकारत गेली आहे आणि या धारणेचा उच्चार राज्याभिषेकोत्तर काळात महाराष्ट्रात रचल्या गेलेल्या बखरींतच झाला आहे.''[१३]

महाराष्ट्रातील बहुतेक सर्व बखरींत निर्देशलेला रजपूत संबंध स्वीकारायचा नाही; पण तंजावरच्या बखरीत भोसल्यांचा रजपूतसंबंध निर्देशित झालेला नाही, ही घटना मात्र महत्त्वपूर्ण मानायची, हा सर्व युक्तिवाद डॉ. ढेरे यांनी 'गवळी सिद्धान्त' स्पष्ट करण्यासाठी केला आहे, हे उघड आहे. अशाच प्रकारे कवी परमानंदाने आपल्या 'शिवभारतात', संभाजीराजांनी आपल्या 'बुधभूषण' ग्रंथात, राजारामकालीन केशवपंडिताने आपल्या 'राजारामचरित्र' या ग्रंथात भोसल्यांच्या रजपूतत्वाचा उल्लेख केलेला नाही, हेही डॉ. ढेरे आवर्जून अभ्यासकांच्या लक्षात आणू इच्छितात.[१४] यामागेही त्यांचा उपरोक्तच हेतू आहे.

येथे एक साधा प्रश्न निर्माण होतो. तो असा की, उपरोक्त व्यक्तींनी आपल्या ग्रंथांत भोसल्यांचा रजपूतवंशीय म्हणून उल्लेख केला असता, तर डॉ. ढेरे यांनी रजपूत सिद्धान्त मान्य केला असता काय? याला होकारात्मक उत्तर असेल तर पुढचा प्रश्न असा उपस्थित होतो की, जयराम पिंडे व कवी भूषण या शिवछत्रपतींच्या समकालीनांनी रजपूत सिद्धान्ताच्या बाजूने साक्ष दिली आहे, ती का मग नाकारली जाते? भूषण कवीचे आपण सोडून देऊ. तो डॉ. ढेऱ्यांच्या दृष्टीने भाट-चारण प्रकृतीचा कवी होता; पण जयराम पिंडेचे काय? तो तर शहाजीराजाच्या आश्रयाखालील वेदपंडितासारखाच एक महाराष्ट्री कवी होता. राजाश्रय मिळालेले सर्वच कवी स्तुतिपाठक असतात. उत्तरेतील भाट-चारण त्यात अधिक कुशल होते, असे फार तर म्हणता येईल.

डॉ. ढेरे यांनी उपरोक्त जो नकारात्मक दृष्टिकोन स्वीकारून आपला 'गवळी सिद्धान्त' बळकट करण्याचा जसा प्रयत्न केला आहे, तसाच दृष्टिकोन स्वीकारून रजपूत सिद्धान्ताचा एखादा प्रवक्ता अशी शंका उपस्थित करू शकतो की, बळीप गवळीराजाच्या स्थलांतराची व शिखर शिंगणापूर येथे त्याने स्थापन केलेल्या देवाची कथा सांगणाऱ्या जयराम स्वामी वडगावकर यांनी आपल्या 'अपरोक्षानुभवा'त, कवी शिवदासाने आपल्या 'अभंगां'त, चिन्मयदासाने आपल्या 'मांगीशमाहाल्पा'त किंवा कृष्णमुनी डिंभ याने आपल्या 'फलटण माहात्म्या'त अगर शिखर शिंगणापूरच्या 'ताम्रपटा'त हा बळीप गवळी राजा शिवछत्रपतींचा पूर्वज होता, याचा निर्देश का बरे केला नाही? या प्रश्नाचे उत्तर ग्रंथांर्तगत डॉ. ढेरे यांनी दिलेले नाही. हे सर्व संदर्भ डॉ. ढेरे यांनी बळीपाने शिखर शिंगणापुरी शंभुमहादेवास स्थापिले ही कथा सिद्ध करण्यासाठी वापरले आहेत, हे लक्षात घेतले पाहिजे.

भोसल्यांचे रजपूतत्व हे एक मिथक आहे, असे डॉ. ढेरे यांनी अनेक ठिकाणी

म्हटले आहे. या तथाकथित मिथकाविषयी त्यांनी एक महत्त्वाचे विधान केले आहे. ते म्हणतात, ''शिवछत्रपतींचे घराणे सिसोदिया रजपूतांपैकी आहे, अशा समजुतीचा उच्चार १६७४ पूर्वी म्हणजे राज्याभिषेकापूर्वी राजस्थानातील भाट-चारण व उत्तरेकडील त्या प्रकृतीचे कवी अधूनमधून करीत असले, तरी तशी समजूत महाराष्ट्रात दृढमूल होत गेली ती राज्याभिषेक प्रसंगापासूनच.''[१५]

प्रस्तुत चर्चेच्या संदर्भात तत्कालीन ऐतिहासिक साधनांवर नजर टाकल्यास डॉ. ढेरे यांचे विधान मान्य करता येण्यासारखे नाही; कारण भोसल्यांचे कुल सिसोदिया घराण्यातून उदय पावले आहे, अशी 'समजूत' राज्यभिषेकापूर्वीच्या अनेक साधनांतून व्यक्त झालेली आहे. त्यापैकी काही मोजकी उदाहरणे अशी :

१) जयराम पिंडे याचा ' राधामाधवविलासचंपू' व कवी भूषणाचा 'शिवराजभूषण' हे दोन्ही ग्रंथ राज्याभिषेकापूर्वीचे आहेत. या दोघांनीही भोसल्यांचे रजपूतत्व स्पष्ट शब्दांत सांगितले आहे; पण जयराम हा 'द्वादश-भाषायुक्त स्तुतिनाट्य' सादर करणारा म्हणून, तर भूषण चारण-भाट प्रकृतीचा कवी म्हणून डॉ. ढेरे यांनी त्यांच्या साक्षी रद्द ठरविल्या आहेत!

२) सर्वांत महत्त्वाचा पुरावा म्हणजे खुद्द शहाजीराजांच्या अस्सल पत्रातील त्यांचा आपले रजपूतत्व घोषित करणारा एक उद्गार. हे पत्र शहाजीराजांना विजापूरचा सुलतान अली आदिलशहा यास १६५७ साली लिहिले असून, त्यात ते म्हणतात,

"... अकर्तुकांचे सांगण्यावरून आमचे जागिरीत गैरहिशेबाने पातशहा आता खलेल करतील, तर आम्ही रजपूत लोक आहो. आजपावतो पातशाहीत नोकरी केली, परंतु गैरहिसाबी भलतेच नुकसान सोसून बेअब्रूने व गैरमेहबानगीने पूर्वी नोकरी केली नाही व पुढेही करणार नव्हो.''[१६].

इतिहासाचार्य राजवाड्यांनी यातील 'रजपूत' या शब्दाचा सरळ अर्थ रजपूतवंशीय असा घेतला आहे; पण डॉ. ढेरे यांनी या शब्दाचा अर्थ 'सैनिक, लढवय्या, सैनिकी पेशाचा पुरुष' असा घेतला आहे. असा अर्थ केल्यामुळे रजपूत शब्दाचे सगळेच संदर्भ बदलून जातात आणि खुद्द शहाजीराजांचीच आपल्या रजपूत कुलाविषयीची नि:संदिग्ध साक्षही बाद ठरते!

३) राज्याभिषेकापूर्वीचा तिसरा महत्त्वाचा पुरावा म्हणजे १८ जुलै १६६६ रोजी आग्ऱ्याहून रामसिंगाच्या परकलदास नावाच्या एका अधिकाऱ्याने कल्याणदास नावाच्या दुसऱ्या अधिकाऱ्यास पाठविलेले पत्र. आग्ऱ्यातील हकिकत कळविताना तो म्हणतो, ''सेवोजी स्याणो बहोत, जु बात कहे सू ठीक की कहो, जु फेर कहू का कहबा की हाजत नही । खरो ही भलो रजपूत, जिसो सुणो थो तिसो ही देखो । असी रजपूतपणा की बात कहे थो सू याद रहे तो समय उपर काम आवे!''[१७] सर जदुनाथ सरकारांनी या पत्रातील 'भलो रजपूत' याचा इंग्लिश अनुवाद a good genuine Rajput असा केला आहे.[१८] डॉ. ढेरे यांनी आपल्या ग्रंथात या पत्राचा अनुवाद देताना 'भलो रजपूत' चा अनुवाद 'हाडाचा रजपूत' असा केला असला, तरी कंसात 'वीर पुरुष' हा त्यांनी घेतलेला अर्थ दिलेला आहे.[१९] कारण येथे रजपूत शब्दाचा वंशवाचक अर्थ त्यांना अडचणीचा ठरतो; म्हणून त्यांनी गुणवाचक अर्थ स्वीकारला आहे, हे उघड आहे.

मोल्सवर्थचा शब्दकोश हा मराठीतील सर्वांत जुना शब्दकोश आहे. त्यात मराठेशाहीतील बरेच जुने शब्द संग्रहित झालेले आहेत. त्यात रजपूतचा अर्थ A tribe, or an individual of it, of Hindus in Hindustan असा दिलेला आहे.[२०] इतर पाच-सहा शब्दकोशांत याचाच अनुवाद करण्यात आलेला आहे.[२०]

पण पूर्वी इतिहास-संशोधक वाकसकर यांनी 'रजपूत' या संज्ञेचा अर्थ उपरोक्त शहाजीराजांच्या पत्रातील 'अकर्तुक संज्ञेच्या विरोधात 'लढवय्या', 'कर्तबगार' असा घेतल्याचे डॉ. ढेरे यांना आढळल्यावरून त्यांनी हाच अर्थ ग्राह्य धरला आहे.[२१] वाकसकरांनी ९१ कलमी बखरीचे संपादन करीत असता 'रजपूत' या शहाजीराजांच्या पत्रात आलेल्या शब्दाची चर्चा केली आहे आणि संदर्भ म्हणून सभासद बखरीतील शाहिस्तेखानाच्या प्रकरणातील शिवाजी महाराजांच्या तोंडी घातलेल्या रजपूत या शब्दाचा अर्थही असाच असल्याचे सांगितले आहे; पण सभासद बखरीतील ती वाक्ये बारकाईने तपासली, तर वाकसकरांचा 'रजपूत' या शब्दाचा अर्थ चुकलेला आहे, हे लक्षात येते.[२२]

भारताचार्य वैद्य यांनी आपल्या 'मध्ययुगीन भारत-भा. २' या ग्रंथात 'रजपूत शब्दाचा अर्थ' या नावाची एक प्रदीर्घ टिपणी दिली आहे. त्यामध्ये 'रजपूत' हा शब्द पाणिनी/महाभारतापासून कसकसा प्रचलित आहे, हे सांगून त्यांनी या शब्दाच्या विविध अर्थांची सखोल चर्चा केली आहे. पुरातन काळापासून 'रजपूत' हा शब्द उच्चकुलीन क्षत्रियांसाठी वापरला जात असे, हे त्यांनी अनेक उदाहरणांवरून सिद्ध केले आहे. आता एका शब्दाचे अनेक अर्थ असू शकतात, या न्यायाने रजपूत हा शब्द राजाचा अथवा सरदाराचा अनौरस पुत्र या अर्थानेही उत्तरेतील हिंदीभाषक प्रदेशात घेतला जातो; पण हा काही त्याचा सामान्य अर्थ नव्हे, असेही भारताचार्यांनी पुढे स्पष्ट केले आहे.[२३]

क्षत्रिय हा लढवय्या असतो, त्या अर्थाने रजपूत शब्दाचा वापर काही ठिकाणी केला असण्याची शक्यता आपण गृहीत धरली, तरी मराठेशाहीत हा शब्द गुणवाचक म्हणून येत नाही. तसा तो असता, तर मराठेशाहीच्या अस्तानंतर अवघ्या दहा वर्षांत (स. १८२८) तयार केला गेलेल्या मोल्सवर्थच्या शब्दकोशात तो अर्थ खात्रीनेच दिला असता. मोल्सवर्थने आपल्या शब्दकोशाची रचना करीत असता कशी कठोर संशोधकीय शिस्त पाळली होती आणि शब्दांचे विविध अर्थ

मिळविण्यासाठी महाराष्ट्रातील आठ मराठी ब्राह्मण पंडितांचे कसे साह्य घेतले होते, याची कल्पना त्या कोशाची Preface वाचल्यावर लक्षात येते. सारांश, रजपूत या शब्दाचा मराठेशाहीत गुणवाचक अर्थ होत असता, तर तो मोल्सवर्थच्या नजरेतून सुटणे शक्य नव्हते.[२४]

दुसरे असे, की 'रजपूत' म्हणजे 'लढवय्या' हा डॉ. ढेरे यांचा दावा क्षणभर मान्य केला, तरी त्या शब्दाचा 'रजपूतवंशीय' असा सरळ अर्थ घेण्याचा दुसऱ्या अभ्यासकांचा अधिकार अबाधित राहतो, हे या ठिकाणी लक्षात घ्यावे.

४) राज्याभिषेकापूर्वीच्या कालातील इंग्रज व डच व्यापाऱ्यांच्या पत्रांतील शिवाजी महाराजांच्या रजपूतत्वाविषयी काही पुरावे उपलब्ध आहेत. उदाहरणार्थ, इंग्लिश फॅक्टरी रेकॉर्ड्समधील नोव्हेंबर १६५९च्या एका पत्रात महाराजांचा निर्देश ' A great Rashpoote' असा केलेला आहे.[२५] दुसरा पुरावा आहे डच रेकॉर्ड्समधील. डचांचे २१ फेब्रु. १६६७चे पत्र उपलब्ध आहे. त्यात आग्र्याच्या मुक्कामी शिवाजी राजाने रजपूत राजा जसवंतसिंग यांच्याविषयी काय उद्गार काढले ते नमूद आहे. ते उद्गार असे- "The king (Aurangzeb) now honours Ragia Jessousingh before me; although at time of his stay in the Deccan, lying against me, he was not ashamed to send me a word that we should not give each other too much trouble, as we were both Raspooten (Rajput)."[२६]

डॉ. ढेरे परकीयांच्या या दोन पुराव्यांची दखलही घेत नाहीत. जिथे जयराम पिंडे, कवी भूषण, शहाजीराजे या स्वकीयांच्या साक्षीला डॉ. ढेरे थारा देत नाहीत, तिथे किनारपट्टीवर उभ्या असलेल्या या युरोपियनांची त्यांच्याकडे डाळ शिजण्याची सूतराम शक्यता नाही.

सारांश, शिवछत्रपतींचे कुल रजपूतवंशीय सिसोदियांचे आहे, अशी राज्याभिषेकापूर्वीच्या कालखंडात दक्षिणेत तसेच उत्तरेस दृढ समजूत होती. अशी समजूत असणाऱ्यांत जयरामासारखे महाराष्ट्री होते, तसे कवी भूषणासारखे उत्तर हिंदुस्थानीही होते. एवढेच नव्हे, तर इंग्रज-डचांसारखे परकीयही होते. तथापि, राज्याभिषेकाच्या प्रसंगी महाराष्ट्रातील काही कर्मठ व अज्ञ ब्राह्मण पंडितांनी उपस्थित केलेल्या शंकांचे व विवादांचे शमन करण्यासाठी शिवाजी महाराजांनी उदयपुराकडे शिष्टमंडळ पाठविले आणि आपल्या क्षत्रियत्वाला तसेच रजपूतत्वाला प्रमाणत्व प्राप्त करून घेतले. राज्याभिषेकासारख्या अत्यंत महत्त्वाच्या कार्याला स्वकीयांपैकी कोणाचाही विरोध असू नये, ही त्यांची विवेकदृष्टी त्यामागे होती. अशाच प्रकारच्या विवेकदृष्टीने त्यांनी एकदा वैदिक पद्धतीने राज्याभिषेक झाला असतानाही शाक्तपंथीय निश्चलपुरीच्या दुसऱ्या राज्याभिषेकास संमती दिली होती. ती एक प्रकारची

मुत्सद्देगिरी होती, असे म्हटले तरी चुकीचे होणार नाही.

आतापर्यंतच्या चर्चेवरून लक्षात यावे की, शिवछत्रपतींचे कुल मध्ययुगात पशुपालन करणाऱ्या गवळी-धनगर समाजातून वर आले नसून, ते राजपुतान्यातून स्थलांतरित झालेले सिसोदिया वंशीय रजपूत कुल होते. या ऐतिहासिक वास्तवास शिवकालीन व शिवोत्तरकालीन अनेक सबळ व नि:संदिग्ध पुरावे उपलब्ध आहेत. याउलट, शिवछत्रपतींचे कुल गवळी होते, त्यांचा पूर्वज बळीप हा गवळीराजा होता, असे नि:संदिग्धपणे सांगणारा एकही पुरावा आजमितीस आपल्या समोर नाही. अशा परिस्थितीत डॉ. ढेरे यांचा 'गवळी सिद्धान्त' स्वीकारणे म्हणजे एका ऐतिहासिक वास्तवास नावीन्याच्या हव्यासापोटी निरोप देऊन एका नव्या मिथकाला निमंत्रित केल्यासारखे होणार आहे.

तर मग शिवछत्रपती कोण? रजपूत की मराठा?

शेवटी एका महत्त्वाच्या मुद्द्याचा निर्देश करणे आवश्यक वाटते. उपरोक्त चर्चेतून एखाद्या वाचकाचा असाही समज होण्याची शक्यता आहे की, शिवाजी महाराज आपणास 'मराठा' न मानता 'रजपूत' मानत होते; किंवा आजचे भोसले, पवार, चव्हाण आदी मराठा घराणी आपणास 'मराठा' न मानता 'रजपूत' समजतात अथवा म्हणवून घेतात. तथापि, असा ग्रह करून घेणे अनैतिहासिकच नव्हे, तर महाराजांवर व आजच्या मराठ्यांवर अन्याय करणारे ठरेल.

त्यासाठी महाराष्ट्रातील 'मराठ्यां'च्या उत्पत्तीचा इतिहास थोडक्यात पाहिला पाहिजे. प्रस्तुत चर्चेमधील 'मराठे' म्हणजे आजचे तथाकथित ९६कुळी मराठे व त्या बाहेरचे शेती करणारे कुणबी मराठे असे सर्व जण एकच मानावयास हवेत. पूर्वी जे मराठे कुणबावा म्हणजे शेती करू लागले, ते कुणबी म्हणून ओळखले जाऊ लागले. तेव्हा ९६कुळी मराठ्यांपासून ते भिन्न आहेत, असे मानावयाचे कारण नाही.

मराठे कोण? कोणापासून उत्पन्न झाले? याविषयी विद्वानांमध्ये मोठी मतांतरे आहेत. असे असले, तरी हे मराठे कोठून आले, या प्रश्नाबाबत सर्वांचे एकमत दिसते. ते असे की, इ.स. पूर्व काळापासून महाराष्ट्रामध्ये जे आर्य व अनार्य वंश येत राहिले, त्यांच्या संमीलनातून मराठे उदयास आले. मग ते आर्य असोत, रट्ठ असोत, महारट्ठ असोत, नाग असोत वा शक असोत.

या संदर्भात भारताचार्य चिं. वि. वैद्य व न्या. म. गो. रानडे या दोन मोठ्या विद्वानांची मते आपणास थोडीबहुत मार्गदर्शक ठरतील. सन १९३०साली वैद्यांनी 'मराठे व रजपूत' हा लेख प्रसिद्ध केला आहे. मराठ्यांच्या पूर्वजांविषयी त्यांच्या प्रतिपादनाचा भावार्थ असा आहे : बुद्धाच्या काळी म्हणजे इ. स. पूर्वच्या सुमारास महाराष्ट्रात आर्यांची वसती झाली. हे आर्य मुख्यत: चांद्रवंशीय होते. तत्पूर्वी येथे

वसती करून असलेल्या नाग वंशाशी (द्रविडांशी) त्यांचे संमीलन घडून आले. नागकन्योत्पन्न चांद्रवंशी आर्य म्हणजे महाराष्ट्रातील 'रठ्ठ' होत. रठ्ठ हे आर्योद्रविडियन होते. या रठ्ठांना जिंकून सातवाहनांनी महाराष्ट्रावर आपली सत्ता स्थापन केली. या सातवाहनांची सत्ता इ. स. पूर्व पहिल्या शतकापासून इ. स. तिसऱ्या शतकापर्यंत नांदली. पुढे महाराष्ट्रातील क्षत्रिय मराठ्यांनी (रठ्ठांनी) त्यांचा पराभव करून आपली राज्ये स्थापन केली. हे क्षत्रिय मराठे राष्ट्रकूट म्हणून (राष्ट्रातील प्रमुख) प्रसिद्धीस आले. या राष्ट्रकुटांना उत्तरेकडील चालुक्यांनी जिंकून आपले राज्य दक्षिणेत स्थापन केले. चालुक्यांचे महाराष्ट्रातील क्षत्रिय मराठ्यांशी एकीकरण झाले. उत्तरेतून येणाऱ्या रजपूत कुलांचे असेच एकीकरण होत राहिले. चालुक्यांनंतर पुन्हा राष्ट्रकूट व राष्ट्रकुटांनंतर पुन्हा चालुक्य व शेवटी देवगिरीचे यादव अशा सत्ता महाराष्ट्रावर राज्य करीत राहिल्या. महाराष्ट्रातील चालुक्य, राष्ट्रकूट, हैहय, कदंब, यादव इत्यादी राजकुलांचे उत्तरेकडील रजपूत कुलांशी इ. स. ५०० पासून इ. स. १३०० पर्यंत विवाहसंबंधही होत राहिले. उत्तरेतील रजपूत कुले त्यानंतरही दक्षिणेत येत राहिली. त्यात भोसले हे शेवटचे असावेत.''[२७]

अनेक विद्वानांच्या मते सातवाहनांनी महाराष्ट्रावर पसरलेल्या शकांच्या राज्यसत्तेचा पराभव केला आणि आपली सत्ता प्रस्थापित केली. शकांची राजसत्ता नष्ट झाली; पण शक काही महाराष्ट्रातून निघून गेले नाहीत. ते येथील क्षत्रिय मराठा समाजात मिसळून गेले. न्या. रानड्यांनी म्हटले आहे,

''शरीराची ठेवण पाहिल्यास उत्तर भारतीय जसे गोरे, नाजूक व बांधेसूद आहेत, तसे महाराष्ट्रातील लोक नाहीत. तसेच दाक्षिणात्य द्राविडांसारखे ते रंगाने काळे व राकट अवयवांचेही नाहीत. महाराष्ट्रात पहिल्याने वसाहत करणाऱ्या आर्य जमातींचे व नंतर ज्यांनी आक्रमण केले त्या शकांचे त्यांच्यामध्ये योग्य प्रमाणात मिश्रण झालेले आहे.''[२८]

इ. स .पूर्व तिसऱ्या शतकात सातवाहन ऊर्फ शालिवाहन राजवंश महाराष्ट्रात उदयास आला. विंध्य पर्वताच्या दक्षिणेस आपले साम्राज्य निर्माण करणारे पहिले महाराष्ट्री क्षत्रिय म्हणजे हे सातवाहन होत. यांची सत्ता साडेचारशे वर्षांहून अधिक काळ अस्तित्वात राहिली. महाराष्ट्र, आंध्र व कर्नाटक अशा विस्तीर्ण प्रदेशावर त्यांचे साम्राज्य पसरले होते. सातवाहनांपैकी श्री सातकर्णी हा महाराष्ट्राचा पहिला सम्राट होय. त्याची राजधानी पैठण येथे होती. यानेच नर्मदा ओलांडून माळव्यात मुसंडी मारली. त्याची राणी नायनिका ऊर्फ नागनिका ही नागकुलोत्पन्न 'महारठ्ठ' कुलोत्पन्न कन्या होती. मध्यंतरीच्या काळात महाराष्ट्रावर शकांचे आक्रमण होऊन त्यांची सत्ता स्थापन झाली; पण सातवाहन राजवंशातील गौतमीपुत्र श्री सातकर्णी याने शकांचा नि:पात करून महाराष्ट्र त्यांच्या वर्चस्वापासून मुक्त केला. शालिवाहन

शकाचा प्रारंभ या विजयापासून झाला.[२९]

सातवाहनानंतर वाकाटक राजवंशाने महाराष्ट्रावर तीनशे वर्षे (इ. स. २५० ते ५५०) राज्य केले. वाकाटक ब्राह्मण होते, असे अनेक विद्वानांनी आपले मत दिले आहे; पण अलीकडेच प्राच्य विद्यासंशोधक प्रा. रा. आ. कदम यांनी वाकाटक हे क्षत्रिय असल्याचे अनेक पुराव्यांनिशी सिद्ध केले आहे. (अशा प्रकारे त्यांनी कदंब, नंद आणि सातवाहन याही राजवंशाचे क्षत्रियत्व प्रमाणित केले आहे).[३०] वाकाटकांनंतर म्हणजे इ. स. सहाव्या शतकापासून पुढे बाराव्या शतकापर्यंत महाराष्ट्रावर बदामीचे चालुक्य, मानपूर (माणदेश) चे राष्ट्रकूट, विदर्भातील राष्ट्रकूट, कल्याणीचे चालुक्य आदी महाराष्ट्रीय राजवंशांच्या राजवटी अस्तित्वात राहिल्या. बदामीच्या चालुक्यांचे 'स्वराज्य' महाराष्ट्रात होते, तर त्यांचे 'साम्राज्य' कर्नाटकात होते. चालुक्य हे महाराष्ट्रीय क्षत्रियच होत. या राजवंशातील सत्याश्रय पुलकेशी (दुसरा) याने उत्तरेतील सम्राट हर्षवर्धन याचा पराभव केला. हर्षाशी लढणारे चालुक्यांचे सैन्य महाराष्ट्रीय क्षत्रियांचेच होते. ह्युएनत्संग या चिनी प्रवाशाने पुलकेशीला 'मराठ्यांचा राजा' असेच म्हटले आहे. चालुक्यांचे समकालीन राष्ट्रकूट यांचीही अनेक लहान-मोठी राज्ये अस्तित्वात आली आणि कालांतराने ती अस्तास गेली. चालुक्यांच्या अस्तानंतर देवगिरीच्या यादवांची सत्ता उदय पावली (१२वे शतक) ती खिलजींनी नष्ट करेपर्यंत, म्हणजे चौदाव्या शतकापर्यंत महाराष्ट्रात अस्तित्वात होती.[३१]

येथे प्राचीन महाराष्ट्रातील राजवंशांचा धावता आढावा एवढ्यासाठी घेतला की, महाराष्ट्रावर कोणकोणत्या क्षत्रिय राजवंशांनी राज्य केले, हे ध्यानी यावे. या राजवंशांची राज्ये कालौघात अस्तास गेली, तरी त्यांचे वंश, म्हणजे त्यांच्या नंतरच्या त्या वंशांच्या पिढ्या अस्तंगत झाल्या नाहीत, हे लक्षात घेणे गरजेचे आहे. या राजवंशांच्या म्हणजे सातवाहन, शक, नाग, रठ्ठ, महारठ्ठ, वाकाटक, चालुक्य, राष्ट्रकूट, यादव आदी अनेकविध राजवंशांच्या संमीलनातून पुढे ९६ कुळींचे मराठे उदयास आले. उत्तरेतून कालपरत्वे दक्षिणेत आलेली रजपूत कुलेही अशीच येथील महाराष्ट्रीय क्षत्रिय समाजात संमीलित झाली. आणि असे होत असता त्यांनी आपले उत्तरेतील 'रजपूतत्व' दक्षिणेतील 'महाराष्ट्रीयत्वा'त विलीन करून टाकले! शिवछत्रपतींचे रजपूत कुल अशाच एका कुलांपैकी एक होते; पण त्या कुलाने आपले 'रजपूतत्व' येथील 'महाराष्ट्रीयत्वा'त केव्हाच विलीन केले होते;

पण जेव्हा १७व्या शतकातील हटवादी ब्राह्मणांनी महाराष्ट्रीय क्षत्रियांना म्हणजे मराठ्यांना 'क्षत्रिय' म्हणून मान्यता द्यावयास नकार दिला व त्याचबरोबर उत्तरेतील रजपूतांना मात्र 'क्षत्रिय' समजण्याची तयारी दर्शविली, त्या वेळी महाराजांना आपल्या रजपूतत्वाचा दाखला उत्तरेतून आणवून त्यांची तोंडे बंद करावी लागली. डॉ. ढेरे म्हणतात त्याप्रमाणे महाराजांनी ही गोष्ट "राज्याभिषेक प्रसंगी उद्भवलेल्या

विवादाचे शमन करण्यासाठी आणि राज्याभिषेकाच्या संकल्पाच्या पूर्तीसाठी एक सामाजिक व राजकीय गरज'' म्हणून स्वीकारली, हे खरेच आहे; पण डॉ. ढेरे या दाखल्यास 'मिथक' म्हणतात आणि आम्ही त्यास 'वास्तव' म्हणतो!

शिवाजी महाराजांचे घराणे जरी रजपूत कुलोत्पन्न असले, तरी त्यांनी स्वत:ला 'रजपूत' म्हणवून घेण्यात अभिमान बाळगलेला नाही, हेही एक ऐतिहासिक वास्तव आहे. महाराज आपणास इतर मराठा क्षत्रियांप्रमाणे 'मराठा'च मानत होते व त्यामध्ये त्यांना भूषण वाटत होते, असा तत्कालीन कागदपत्रांतील, म्हणजे खुद्द त्यांच्याच एका पत्रातील दाखला आहे.

कर्नाटक दिग्विजयाच्या मोहिमेवर असताना मार्च १६७७मध्ये महाराजांनी कुतुबशहाशी भेट झाल्यावर मुधोळच्या मालोजीराजे घोरपडे यांना आपणास या मोहिमेत येऊन मिळावे, म्हणून आवाहन करणारे पत्र पाठविले होते. येथे ते सर्वच पत्र उद्धृत करता आले नाही, तरी त्यातील आपल्या प्रस्तुत संदर्भापुरता भाग आम्ही पुढे देत आहोत –

''मालोजी राजे घोरपडे प्रति राजश्री शिवाजी राजे जोहार, उपरि. पूर्वी निजामशाहीतून आमचे बाप कैलासवासी महाराज इभराइम आदिलशहा पादशाहचे कारकीर्दीस इकडे आले. त्यास इभराइम आदिलशहाने पादशाही कारभाराचा मदार महाराजाचे सिरी टाकिला. तेव्हा महाराजाने हा विचार केला की, पादशाही मदार आपले हातास आला असता आधी तो *आपले जातीचे लोक मराठे याला हाती धरून* सरदारकी करून पोट भरतात. ते पादशाही वजीर करावे. पादशाही काम याजकडून करून नामोश होय. इज्जती थोर पावेत, ते करावे म्हणून तुमचे बाप बाजी घोरपडे सरदारकी करून होते ते आणून पादशहास भेटून पादशाही वजीर केले.....''

''... हाली आदिलशाही बहलोलखान पठाणे घेतली. पादशाहा लहान लेकरू. नाव मात्र ते आपले कैदेत ठेविले आहेत. आणि तख्त व छत्र विजापूरचा कोट पठाणाने कबज केला आहे... ऐशियास दक्षिणचे पादशाहीस पठाण जाला हे गोष्टी बरे नव्हे. पठाण बळावला म्हणजे एका उपरी एक कुली दक्षिणियांची घरे बुडवील. कोणास तगो देणार नाही. ऐसे आम्ही समजोन हजरत कुतुबशाहा बादशाहा यांसी पहिलेपासून रुजुवात राखिली होती. त्यावरून सांप्रत हजरत कुतुबशाहांनी मेहेरबानी करून 'हुजूर भेटीस येणे' म्हणून दख्तखत मुबारक व दस्त पंजियानसी फर्मान सादर केला. त्यावरून आम्ही येऊन हजरत कुतुबशाहाची भेटी घेतली...''

''याउपरी राजकारण विषयी हजरत कुतुबशहांनी महादण्णापंतांस व आम्हास एकचित्त करून ऐसा तह केला की... दक्षणची पादशाही आम्हा दक्षणियांच्या हाती राहे ते करावे. म्हणून त्यास हा मनसुबा ये प्रसंगी आमचे हातास आलिया *उपरि आम्ही हाच विचार केला की जे काही आपले जातीचे मराठे लोक आहेती ते*

आपल्या कटात घेऊन कुतुबशाहासी त्यांची रुजुवात करावी. दौलत देवावी, त्यांचे हाते पादशाही काम घेऊन पादशाहाची दराज करावी. आणि तुम्हा लोकांच्या दौलताहि चालेत, घरे राहेत, ते करावे. *आपल्या जातीच्या मराठिया लोकांचे बरे करावे हे आपणास उचित आहे* ऐसे मनावरी आणून, तुमचा आमचा वडिलापासून दावा वाढत आला तो आम्ही मनातून टाकून, नि:कपट होऊन तुम्ही मराठे लोक, कामाचे, तुमचे बरे करावे ऐसे मनी धरून, हजरत कुतुबशाहासी बहुत रीती बोलोन, तुम्हास हजरत कुतुबशाहाचा कौलाचा फर्मान घेऊन पाठविला आहे. तरी तुम्ही कुलीन, आमचा भरोसा मानून, देखत पत्र, हरएक उपाये, पठाणापासून निघोन, मजल दर मजल भागानगरास आम्हापासी येणे...''

''... आमचे हाते हजरत कुतुबशहास भेटणे. ए प्रसंगी ऐसे तुमचे दौलतीचे काम मजबूत करून देतो की, पुढे बहुत बरे केले देसे तुम्ही आठवावे... ऐशियास तुम्ही कदाचित ऐसा विचार कराल की आदिलशाहीचे आपण दो पिढीचे वजीर आणि आता विजापुराकडून कुतुबशाहीत राजे यांचे बोले कैसे जावे? तरी जे समई खवासखान धरिला, विजापुरचा कोट पठाणे घेतला, विजापूरचा पादशाहा धाकटा आहे त्याला कैदेत ठेविले, तेच समई पादशाही बुडाली! विजापूर पठाणाचे हातास गेले! आता आदिलशाही कैची? आणि उगीच तुम्ही तेथ आपली आदिलशाही आहे म्हणोन गुंतून राहिले आहा! जरी पठाणाचीच चाकरी करून रहा म्हणाल, तरी पठाण काही तुम्हास थोर दौलत देणार नाही. आणि पठाणास तरी हजरती कुतुबशाहा व आम्ही व तमाम दखणी मिळोन चालोन घेऊन बुडवीतच आहो! **तुम्ही मराठे लोक आपले आहा. तुमचे गोमटे व्हावे म्हणून पष्ठच तुम्हास लिहिले असे**. जे काय तुम्हास पठाण देतो त्याची दुगुणी आम्ही कुतुबशाहापासून तुम्हास देवीतच असो; किंवा ह्याहून अधिकही होऊन येईल तरी करून देऊनच. सर्व प्रकारे तुमचे गोमटे करून, एविसी आम्हापासून अंतर पडे तरी व मागील दावियाचा किंतु आम्ही मनातून टाकिला एविसी आम्हास श्री-देवाची आण असे. तुम्ही नि:संदेह होऊन येणे...''[३२]

हे पत्र अनेक दृष्टींनी महत्त्वपूर्ण आहे. आदिलशाही पठाणांच्या ताब्यात गेली, तेव्हा ही आदिलशाही 'कैची?' असा सवाल महाराज मालोजीराजांना विचारून दक्षिणेची राजसत्ता 'दक्षिणियांच्या' हाती राहावी, असा मोठा राजनैतिक विचार मांडतात. तथापि, याहून प्रस्तुत चर्चेच्या संदर्भात महत्त्वाचे आहे ते हे की, या पत्रात महाराजांनी स्वत:ला 'मराठा' म्हणवून घेतले आहे आणि 'मराठा' लोकांचे 'गोमटे' करावे, हा आपला हेतू जाहीर केला आहे! हे एकदा नव्हे, तर पुन:पुन्हा जाहीर केले आहे. या पत्रातील पुरावाच इतका स्वयंस्पष्ट (Self-explanatory) आहे की, त्यावर अधिक भाष्य करण्याची गरजच उरत नाही!

संदर्भ :

१. शिखर शिंगणापूरचा श्रीशंभुमहादेव, पृ. ७५-७७
२. राधामाधवविलासचंपू, पृ. २६७
३. कित्ता, पृ. ३७
४. शिखर शिंगणापूरचा श्रीशंभुमहादेव, पृ. ९३
५. कित्ता, पृ. ९९
६. राधामाधवविलासचंपू, पृ. २६७-२६९
७. पर्णालपर्वतग्रहणाख्यानम्, पृ. ३७
८. शिखर शिंगणापूरचा श्रीशंभुमहादेव, पृ. ३८९-३९१
९. कित्ता, पृ. ३९१-३९२
१०. सभासदविरचित छत्रपती श्रीशिवाजीराजे यांची बखर, पृ. ३९, ८०
११. शिखर शिंगणापूरचा श्रीशंभुमहादेव, पृ. ८४-८७, १०१, ३९५
१२. कित्ता, पृ. ३८१
१३. कित्ता, पृ. ८२
१४. कित्ता, पृ. ८२, ८४, ४०१-४०२
१५. कित्ता, पृ. ३८१
१६. कित्ता, पृ. ३८४-३८५
१७. Rajasthani Records : Shivaji's Visit to Agra, p. 50
१८. कित्ता, पृ. ३९
१९. शिखर शिंगणापूरचा श्रीशंभुमहादेव, पृ. ३९८
२०. मोल्सवर्थकृत मराठी-इंग्रजी शब्दकोश, पृ. ६८१
२१. शिखर शिंगणापूरचा श्रीशंभुमहादेव, पृ. ३७६
२२. श्रीशिवछत्रपतींची ९१ कलमी बखर, पृ. ८६-८७
२३. मध्ययुगीन भारत, भाग I- २, पृ. ८५-९८
२४. मोल्सवर्थकृत मराठी-इंग्रजी शब्दकोश prefaceमधील नंबर १५ पाहा
२५. Shivaji the Great, Vol. 1, p. 190
२६. कित्ता, खं. १, भा. २, पृ. ५६५
२७. शिवाजी निबंधावली, भाग २, पृ. ६२-६४
२८. मराठ्यांच्या सत्तेचा उत्कर्ष, पृ. ११
२९. महाराष्ट्र संस्कृती, पृ. ७१ -७८
३०. भारतीय राजवंश : एक सत्य संशोधन, खंड- १
३१. महाराष्ट्र संस्कृती, पृ. ७८-९२
३२. शिवकालीन पत्रसारसंग्रह, पत्र क्र. १९०१

जेम्स लेनचे शिवचरित्र आणि त्याचे 'कवित्व'

सन २००३ साली जेम्स लेन नावाच्या एका अमेरिकन प्राध्यापकाने 'Shivaji : Hindu King in Islamic India' या नावाचा ग्रंथ लिहिला आणि तो दिल्लीच्या ऑक्सफर्ड युनिव्हर्सिटी प्रेसने प्रसिद्ध केला. या इतिहासग्रंथाने महाराष्ट्राच्या समाज जीवनात मोठी खळबळ माजविली. गेल्या ३५० वर्षांत लिहिल्या गेलेल्या शिवचरित्र कथांचा अभ्यास करून आपण हा विश्लेषणात्मक ग्रंथ लिहिला आहे, असा जरी लेनचा दावा असला, तरी विश्लेषणाच्या भरात त्याने राजमाता जिजाबाईंच्या चारित्र्यावर शिंतोडे उडविणारी विधाने केली आहेत. जिजाबाईविषयी महाराष्ट्रवासीयांच्याच नव्हे, तर सर्व देशवासीयांच्या मनात 'इतिहासातील एक आदरणीय व आदर्श माता' म्हणून पूज्य भाव असल्याने लेनचा व त्याच्या ग्रंथाचा सर्व स्तरांतून निषेध झाला. यातूनच पुण्याच्या सुप्रसिद्ध 'भांडारकर इन्स्टिट्यूट'वर संभाजी ब्रिगेड या संघटनेचा हल्ला उद्भवला आणि मग महाराष्ट्राचे समाजकारण खालपासून वरपर्यंत ढवळून निघाले.

हा जेम्स लेन कोण आहे?

ज्या जेम्स लेनमुळे महाराष्ट्रात एवढे रामायण घडले, तो जेम्स लेन कोण आहे, हे जाणून घेणे महत्त्वाचे ठरावे. लेन हा अमेरिकेतील मॅकलेस्टर विद्यापीठातील धर्मशास्त्राच्या अभ्यासकेंद्राचा प्रमुख असून, आशिया खंडातील प्रमुख धर्मांचा अभ्यास व संशोधन तेथे चालते. खुद्द लेनचा '१७ व्या शतकातील हिंदू-मुस्लिम संबंध' हा संशोधनाचा व आवडीचा विषय आहे.[१]

लेनसंबंधी लिहिताना सुप्रसिद्ध सामाजिक कार्यकर्ते डॉ. बाबा आढावांनी अधिक माहिती दिली आहे. लेनचा खलिस्तानी नेता डॉ. अमरजितसिंग याच्याशी संबंध आलेला असून, शिवाजी राजाच्या पितृत्वासंबंधी व अफझलखानाच्या विश्वासघातकी (?) वधासंबंधी लेनने केलेल्या संशोधनाची त्याने स्तुती केली आहे.[२]

लेन १९७७ सालापासून पुण्यास येत आहे. तो आतापर्यंत 'डझन' वेळा तरी येऊन गेल्याचे आणि १९८०-८१ साली वर्षभर व १९८७-८८ साली सात महिने पुण्यात राहिल्याचे तो आपल्या मुलाखतीत सांगतो.[३]

पुण्याच्या भांडारकर इन्स्टिटयूटमध्ये लेनचे दीर्घकाल वास्तव्य होते आणि तेथील पदाधिकाऱ्यांशी व अभ्यासकांशी त्याचा चांगला परिचय घडून आला होता. भांडारकर इन्स्टिट्यूटला तो आपल्या ग्रंथात 'My Scholarly home' असे मानतो. या ठिकाणीच त्याने न्यायशास्त्रावर पीएच.डी. करावयास आलेल्या जॉय व्हिक्स या तरुण संशोधिकेशी प्रेमसंबंध जुळविले व तिच्याशी विवाह केला! भांडारकर इन्स्टिट्यूटमध्येच नव्हे, तर पुणे शहरात त्याने अनेकांशी मैत्री जुळवली होती. इतके, की त्याचे एक मित्र व भांडारकर इन्स्टिट्यूटचे ग्रंथपाल वा. ल. मंजुळ म्हणतात, "अनेक कुटुंबांना ते घरचे आहेत. जुलै लागला की आम्ही मित्र मंडळी त्यांच्या (लेनच्या) येण्याची वाट पाहत असतो."[४]

लेनचा परिचय थोड्या विस्ताराने घेतला, याचे कारण लेन ही काय प्रकारची व्यक्ती आहे, याची थोडीफार कल्पना यावी. तो पंचवीस वर्षे महाराष्ट्राच्या सांस्कृतिक राजधानीत येतो आहे. महिनोन्‌महिने मुक्काम करतो आहे. 'भांडारकर इन्स्टिट्यूट मध्ये पुण्यातील विद्वानांच्या सहकार्याने शिवरायांच्या संस्कृत चरित्रग्रंथाचा अनुवाद करतो आहे. अशा लेनला मराठी संस्कृती, परंपरा, मराठी माणसं, त्यांची अस्मिता, त्यांच्या ठिकाणी शिवाजी महाराज व राजमाता जिजाबाई यांच्याविषयी असणारी कमालीची श्रद्धा याची काहीच कल्पना आली नसेल, असे समजणे एक प्रकारचा भाबडेपणा ठरेल. तसेच हा धर्मशास्त्राचा प्राध्यापक व संशोधक आहे. त्यास आशियाई समाजातील नीतिकल्पनांचे ज्ञान नसावे, हेही पटण्यासारखे नाही.

जेम्स लेनचे शिवचरित्र 'काय' आहे?

जेम्स लेनचा 'शिवाजी : हिंदू किंग इन इस्लामिक इंडिया' हा ग्रंथ म्हणजे रूढार्थाने शिवचरित्र नाही. तो आतापर्यंतच्या शिवचरित्रांचा विशिष्ट दृष्टिकोनातून केलेला एक अभ्यास आहे.

शिवाजी महाराज आपल्या असामान्य पराक्रमाने व कार्यकर्तृत्वाने त्यांच्या काळातच Legend (अलौकिक कथा) बनले होते. या अलौकिक कथेत गेली तीनशेहून अधिक वर्षे सतत भर पडत आहे. अशी सतत भर पडून विकसित होत गेलेल्या अलौकिक शिवकथेचा लेनने आपल्या ग्रंथात मागोवा घेतला आहे; आणि हे करीत असता या शिवकथेचा आधार असणाऱ्या साधनांची त्याने चिकित्सा केली आहे. या साधनांमध्ये पोवाडे, बखरी, महाकाव्ये, संतचरित्रे आणि इतिहासकारांची शिवचरित्रे यांचा समावेश त्याने केला आहे. शिवचरित्र सांगणाऱ्या या सर्व साधनांना

त्याने Narratives (कथाकथने) असे संबोधले आहे.

आपल्या ग्रंथाचे स्वरूप व त्यामागचा आपला उद्देश स्पष्ट करताना लेनने म्हटले आहे, ''शिवचरित्राचे कथाकथन आतापर्यंत कसकसे झाले आहे, याचा गंभीरपणे अभ्यास करणारे माझे पुस्तक आहे. महान नायकाभोवती कथा कशा तयार होतात, याचा हा अभ्यास आहे.''[५]

लेनला असेही वाटते की, शिवाजी महाराजांचा वापर हिंदुत्ववादी मंडळी सध्याच्या महाराष्ट्रातील मुस्लिम समाजाच्या विरोधात प्रचार करण्यासाठी करतात. एवढेच नव्हे, तर भारताला एक हिंदू राष्ट्र मानून ते शेजारच्या मुस्लिम राष्ट्रास शत्रू मानतात. अशा कट्टर हिंदुत्ववाद्यांच्या कचाट्यातून शिवाजी महाराजांची सुटका करण्याचा आपला हेतू असल्याचे तो ग्रंथाच्या प्रस्तावनेत जाहीर करतो.[६]

अशा हेतूने लेन शिवाजी महाराजांच्या चरित्रांचा १७व्या शतकापासून ते २००१ सालापर्यंतच्या कालाचा वेध घेतो. या कालाचे शिवकाल, पेशवेकाल, ब्रिटिशकाल व स्वातंत्र्योत्तरकाल असे चार विभाग कल्पून प्रत्येक विभागात शिवचरित्र सांगणाऱ्या साधनांची तो (Narratives) चर्चा करतो. उदाहरणार्थ, शिवकालात तो अज्ञानदासाचा अफझलखानाच्या वधाचा पोवाडा, परमानंदाचे 'शिवभारत' हे संस्कृत महाकाव्य, कृष्णाजी अनंत सभासदाची 'बखर' आणि जेधे शकावली अशा चार साधनांची चर्चा करतो. यातून शिवाजी महाराजांची Epic Hero (महाकाव्याचा नायक) ही प्रतिमा कशी व्यक्त होते, हे तो सांगतो. आवतीभोवती इस्लामग्रस्त (Islamicate)[७] संस्कृतीच्या मर्यादा त्यांच्यावर पडल्या असतानाही शिवाजी महाराजांनी स्वतंत्र हिंदू राजा म्हणून राज्य करण्याचा, हिंदू धार्मिक परंपरांना आश्रय देण्याचा व भोवतालच्या इस्लामग्रस्त जगाच्या प्रभावाला आव्हान देण्याचा प्रयत्न केला, असे लेनने जरी म्हटले असले, तरी शिवाजी महाराजांची स्वराज्य स्थापना म्हणजे स्वातंत्र्याच्या भावनेने एकत्र आलेल्या हिंदूंचा अत्याचारी इस्लामी राजवटीविरुद्धचा त्यांच्या नेतृत्वाखालचा लढा, ही १७व्या शतकातील शिवचरित्र कथाकारांची (Narrators) भूमिका त्याला मान्य नाही.[८]

लेन पुढे म्हणतो की, चिटणीस बखर, शिवदिग्विजय बखर आणि महिपतीचा संतविजय हा ग्रंथ, या साधनांनी शिवाजी महाराजांची हिंदू राजा म्हणून असलेली प्रतिमा अधिक गडद केली. इस्लामच्या विरोधात उभा ठाकलेला हिंदू राजा अशी प्रतिमा या चरित्र कथनकारांनी निर्माण केली.[९] याच कालखंडात शिवाजी महाराजांच्या चरित्रात १७व्या शतकातील वारकरी संतांचे प्रकरण जोडले गेले. विशेषत: चिटणीस व महिपती या दोघांनी रामदास स्वामींस शिवाजी महाराजांच्या गुरुस्थानी बसवले. आणि मग या गुरू-शिष्याच्या संबंधांच्या अनेक अद्भुत कथा रचल्या गेल्या. महिपतीने तर दासबोधाची गीतेशी व शिवाजी महाराजांची अर्जुनाशी तुलना करून

रामदासी संप्रदायाचा पंढरपूरच्या वारकरी संप्रदायाशी संगम घडवून आणला.

लेनला हे मान्य नसून, शिवाजी महाराजांवर स्थापिलेले रामदास स्वामींचे गुरुत्व तो स्पष्ट शब्दांत नाकारतो.[१०] पेशवाईच्या अस्तापासून ते स्वातंत्र्याच्या उदयापर्यंतच्या ब्रिटिशकाळात शिवाजी महाराजांची ही अलौकिक कथा अनेकांनी वेगवेगळ्या दृष्टिकोनांतून सादर केली. त्यातील प्रमुख साधनांचा आढावा लेनने चौथ्या प्रकरणात घेतला आहे. पूर्वीच्या मराठेशाहीच्या कालखंडात इस्लामी संस्कृतीचा प्रभाव शिवकथेवर पडला होता, तसा आता ब्रिटिशकाळात तिच्यावर युरोपियन संस्कृतीचा प्रभाव पडल्याचे लेन सांगतो.

ब्रिटिशकालातील सर्वांत प्रभावशाली शिवचरित्र सांगणारा साधनग्रंथ म्हणजे सातारचा रेसिडेन्ट ग्रँट डफ याने लिहिलेला History of the Mahrattas हा त्रिखंडात्मक ग्रंथ होय - (स. १८२६). मराठी सत्तेचे रहस्य न उमगलेल्या डफने शिवाजी महाराजांची प्रतिमा एक लुटारू म्हणून देऊन, मराठी सत्तेचा उदय हा सह्याद्रीतील अरण्यात अचानक पेटलेल्या वणव्याप्रमाणे होता, असे म्हटले होते. डफ हा इंग्रज वसाहतवादी सत्तेचा प्रतिनिधी होता. स्वाभाविकच त्याच्या प्रमेयाला महाराष्ट्रातील अनेक विचारवंतांनी व अभ्यासकांनी विरोध केला आणि त्यांनी आपापल्या दृष्टिकोनातून शिवाजी महाराजांच्या कार्याचे मूल्यमापन केले. त्यातून त्यांची प्रतिमा 'राष्ट्रनिर्माता' (Father of Nation) व स्वातंत्र्यवादी (Liberationist) अशी साकार झाल्याचे लेन म्हणतो.[११]

डफच्या प्रमेयाला सर्वांत मोठा विरोध न्या. रानडे यांनी Rise of the Maratha Power हा ग्रंथ लिहून केला - (सन १९००). मराठी सत्तेचा उदय म्हणजे स्वराज्य स्थापनेपूर्वी महाराष्ट्रात घडून आलेला सामाजिक व धार्मिक सुधारणा चळवळींचा परिपाक होता, असे त्यांनी प्रतिपादले. लेनने न्या. रानडे यांच्यासह लो. टिळक, कृष्णाजी अर्जुन केळूसकर, राजवाडे, सावरकर, सरदेसाई, सरकार अशा अनेक अभ्यासकांच्या व विचारवंतांच्या दृष्टिकोनांची चर्चा केली आहे. त्या सर्वांचा परामर्ष इथे विस्तारभयास्तव घेता येणार नाही. तथापि, लेनने म. फुले यांच्या शिवाजी महाराजांवरील पोवाड्याची (स. १८६९) आणि त्यामधील नव्या सामाजिक दृष्टिकोनाची खास दखल घेतली आहे, याची नोंद आपण घ्यावयास हवी. शिवाजीराजांस 'कुळवाडीभूषण' मानणाऱ्या फुल्यांच्या पोवाड्यात पुढे उदयास आलेल्या ब्राह्मणेतर चळवळीची बीजे होती.

म. फुले व त्यांचे सहकारी यांनी शिवाजी महाराजांच्या कामगिरीवरील दादोजी कोंडदेव व रामदास स्वामी यांचा प्रभाव अमान्य केला, तर न्या. रानडे, सावरकर, राजवाडे यांनी या प्रभावावर जोर देऊन महाराजांच्या चरित्रातील या दोघांच्या भूमिका उजळ केल्या, असे लेन लिहितो.[१२]

यानंतर लेन स्वातंत्र्योत्तर कालखंडातील बाबासाहेब पुरंदऱ्यांच्या कलाकृतीची आणि शालेय अभ्यासक्रमातील शिवचरित्र सांगणाऱ्या एका क्रमिक पुस्तकाची चर्चा करतो. पुराणकथेतील नायकाचे उदात्तीकरण करण्याच्या शैलीतील पुरंदरे यांच्या लिखाणावर शिवकालीन परमानंद व विसाव्या शतकातील राजवाडे यांच्या विचारांचा मोठा प्रभाव पडल्याचे लेन लिहितो. तसेच महाराष्ट्रातील क्रमिक पुस्तके शिवाजी महाराजांची एक लोककल्याणकारी, आधुनिक दृष्टीचा, सर्वधर्मसमभावी हिंदू राजा म्हणून प्रतिमा तयार करतात असे म्हणतो.[१३]

शेवटी लेन निष्कर्षाप्रत येतो की, विसाव्या शतकाच्या अखेरीस शिवाजी महाराजांच्या कथेस (Story) एका देशभक्ताच्या कथेचे (Patriotic tale) स्वरूप आले असून, त्याच्या राज्याचा काल हे महाराष्ट्राच्या इतिहासातील सुवर्णयुग (A golden age) समजले जाते. एक महान पराक्रमी सेनानी, जुलमी औरंगजेबाशी लढणारा नेता, सामान्य लोकांचा कैवारी, आधुनिक आरमाराचा निर्माता, स्त्रीदाक्षिण्याचा पुतळा अशा सर्वगुणसंपन्न शिवाजी महाराजांची प्रतिमा महाराष्ट्रात तयार झाली असून, शिवचरित्रावर आता नवहिंदूराष्ट्रवादाचा मोठा प्रभाव निर्माण झाल्याचे दिसून येते. लेन पुढे म्हणतो की, शिवाजी महाराजांची ही कथा इतकी स्वाभाविक होऊन बसली आहे की, या कथेचे काही वेगळे स्वरूप असू शकते, ही कल्पनाच आता कोणी करू शकत नाही![१४]

लेनचे अध:पतन कोठे, कसे व का झाले?

लेनच्या ग्रंथातील विषयाचा आतापर्यंत धावता आढावा घेतला तो एवढ्यासाठीच की, त्याच्या ग्रंथाचा मुख्य गाभा ध्यानात यावा. खरे तर लेनने येथपर्यंत जे मांडले आहे, ते एका अभ्यासकाच्या भूमिकेतून मांडले आहे. गेल्या ३५० वर्षांत शिवाजी महाराजांची 'कथा' कशा तऱ्हेने विकसित होत गेली आणि त्यातून महाराजांची प्रतिमा कशी बदलत गेली, त्यामागचे त्या त्या लेखकांचे काय काय उद्देश होते, हा विषय खरोखरच नवा व चांगला होता. लेन येथेच थांबला असता, तर शिवचरित्राचा अलीकडच्या काळातील एक अभ्यासू, पाश्चात्त्य भाष्यकार म्हणून मराठी माणसाने त्याचे कौतुकही केले असते. याचा अर्थ त्याच्या येथपर्यंतच्या भाष्यात त्याने केलेली सर्वच विधाने शिवचरित्राच्या अभ्यासकांना मान्य झाली असती अगर मान्य होणारी आहेत, असे नव्हे; पण अशा प्रकारच्या ग्रंथात मतभिन्नता व ती मांडण्याचे स्वातंत्र्य (ज्याला आमचे विचारवंत अभिव्यक्ती स्वातंत्र्य म्हणतात) गृहीत धरलेले असते;

पण लेनला येथेच थांबायचे नव्हते. त्याच्या मते परकीय मुस्लिम सत्तेपासून स्वातंत्र्य मिळवणारा एक प्रादेशिक लोकनायक म्हणून राष्ट्रनिर्मितीच्या जडण-

घडणीत शिवाजी महाराजांची प्रतिमा सर्वत्र वापरली जात असल्यामुळे शिवचरित्रासंबंधी एखादा मूलत: वेगळा दृष्टिकोन असू शकतो, असा विचार केला जात नाही. आणि म्हणूनच लेन म्हणतो की, आतापर्यंतच्या शिवचरित्र कथाकारांना जे शिवचरित्रात दिसूनही त्यांनी हेतुत: व्यक्त केले नाही; किंवा जे व्यक्त केले गेले ते अगदीच तुटकपणे व्यक्त केले गेले आहे, असे आपणास पुढे आणावयाचे आहे.[१५]

त्यासाठी लेनने शेवटचे प्रकरण Cracks in the Narratives (शिवचरित्र कथनातील तडे) लिहिण्याचा उद्योग केलेला आहे. या प्रकरणाच्या प्रारंभीच त्याने ड्यू बॉईस (Du Bois) याचे एक अवतरण दिले आहे. त्यातील महत्त्वाची दोन वाक्ये अशी आहेत :

'We must forget that George Washington was a slaveowner... and simply remember the things we regard as creditable and inspi-ing. The difficulty with this philosophy is that history loses its value as an incentive and example, it paints perfect men and noble nations, but does not tell the truth.'[१६]

'(जॉर्ज वॉशिंग्टन याच्या पदरी गुलाम होते, हे विसरायचे असते... ज्या गोष्टी प्रशंसनीय व प्रेरणादायी असतात, तेवढ्याचेच स्मरण ठेवायचे असते. या दृष्टिकोनामुळे प्रेरणा व दाखला देण्याचे इतिहासाचे मूल्य गमावले जाते. असा इतिहास सर्वार्थाने पूर्ण पुरुष आणि थोर राष्ट्रे यांची चरित्रे रंगवीत असतो हे खरे; पण सत्य मात्र सांगत नाही!)'

या अवतरणावरून स्पष्ट होते की, लेनची अशी पक्की समजूत झालेली आहे की, आतापर्यंतच्या शिवचरित्र कथनकारांनी जे शिवचरित्र मांडले आहे, त्यात त्यांनी शिवाजी महाराजांना सर्वगुणसंपन्न पूर्ण पुरुष म्हणून रंगविले असून, त्यांनी एका परीने अर्धसत्यच सांगितले आहे; असे करताना त्यांनी शिवचरित्रामधील काही वाटा बंद केल्या आहेत; पण लेनला वाटते की, असे असले तरी आपणाला त्यातूनही काही इशारे (hints) मिळतात आणि आपणास जर का शिवचरित्रासंबंधी काही अकल्पनीय विचार (Unthinkable thoughts) मांडण्याचे स्वातंत्र्य मिळाले, तर पूर्ण सत्य जाणून घेण्यास अशा इशाऱ्यांची मदत होऊ शकते.[१७]

यावरून वाचकाचा असा ग्रह होतो, की लेन महाशय आता शिवचरित्राच्या चिरेबंदी वाड्यातील अशी काही दालने उघडणार आहेत की, जी आतापर्यंत कोणी उघडली नाहीत अगर कोणी उघडण्याचा प्रयत्न केला नाही! त्यासाठी लेन आतापर्यंत शिवचरित्र कथनकारांनी चार हात दूर ठेवलेले पाच 'अकल्पनीय विचार' आपल्यासमोर ठेवतो. तो विचारतो - आपण अशी कल्पना करू शकतो का की...

१. शिवाजी महाराजांचे कौटुंबिक जीवन दु:खी होते?

२. ते जनानखाने बाळगत होते?

३. भक्तिमार्गी संतांच्या वारकरी पंथात त्यांना रस नव्हता?

४. त्यांना राष्ट्र स्वतंत्र करायचे नसून स्वत:चे राज्य निर्माण करायचे होते?

५. ते इस्लामग्रस्त जगात वावरले आणि त्यात ते फारसा बदल करू शकले नाहीत?[१८]

लेनच्या उपरोक्त पाचही प्रश्नांना उत्तरे देऊन त्याचे सविस्तर खंडण करण्यासाठी स्वतंत्र ग्रंथच लिहावा लागेल, त्यासाठी इथे अवकाश नाही. आमचे मित्र डॉ. वसंतराव मोरे यांनी 'जेम्स लेन : संशोधक की विध्वंसक' नावाची पुस्तिका लिहून आणि लेनच्या या प्रश्नांना साधार उत्तरे देऊन त्याचे हे सर्व मुद्दे खोडून काढलेले आहेतच. तथापि, लेनने पहिल्या प्रश्नांची, म्हणजे शिवाजी महाराजांच्या कौटुंबिक जीवनाची, चर्चा करीत असता राजमाता जिजाबाईंवर जे घाणेरडे आरोप केले आहेत (ज्यामुळे महाराष्ट्रात गदारोळ उठला), त्याचा समाचार घेणे क्रमप्राप्त आहे.

शिवाजी महाराजांचे कौटुंबिक जीवन दु:खी होते आणि त्यांच्या या दु:खाची सुरुवात त्यांच्या मातेच्या दु:खापासून होते, हे वाचकांवर बिंबवण्यासाठी लेन अशी विधाने करतो की –

१. जिजाबाईचे सासर हे माहेरच्या घराण्यापेक्षा कमी दर्जाचे होते.

२. मुळात शहाजी-जिजाबाई यांचे लग्न निजामशहाच्या दबावाखाली झाले.

३. शहाजी-जिजाबाई यांच्यामधील बेबनाव प्रारंभापासून होता, पुढे त्याची परिणती शहाजीराजांनी जिजाबाईंना टाकून देण्यामध्ये झाली.

४. अशा प्रकारे शिवाजीराजे म्हणजे एका 'दुभंगलेल्या घरचे मूल' (The Child of a broken home) होते.[१९]

शिवाजी महाराजांच्या माता-पित्याचे जे चित्र लेनने रंगवले आहे, हे पूर्णपणे अनैतिहासिक आहे. शिवकालानंतर दीडदोनशे वर्षांनी चिटणीस बखर, शिवदिग्विजय यांसारख्या ज्या बखरी लिहिल्या गेल्या, त्यातील अतिरंजित व अवास्तव कथांच्या आधारे लेनने उपरोक्त निष्कर्ष काढलेले आहेत. त्यात तत्कालीन अस्सल कागदपत्रांचा काडीइतकाही आधार नाही. बखरीतील कोणत्या कथा तत्कालीन कागदपत्रांच्या कसोटीवर घासून पाहिल्यास टिकतात आणि कोणत्या टिकत नाहीत, हे तपासून पाहण्याची तसदी त्याने घेतलेली नाही. तसेच या कालखंडावर यापूर्वी ज्या अभ्यासकांनी संशोधनकार्य केले आहे, त्याकडेही त्याने दुर्लक्ष केले आहे. ही गोष्ट इतिहासलेखनशास्त्रात न बसणारी आहे;

पण याहीपेक्षा भयंकर चूक त्याच्या हातून झाली; आणि ती म्हणजे त्याच्या मनातील विकृत विचारांनी त्याच्यातील संशोधकाचा कबजा घेतल्यामुळे त्याने

शिवाजी महाराजांच्या पितृत्वाबद्दल, म्हणजे जिजाबाईच्या चारित्र्याबद्दलच, अत्यंत घाणेरडे विधान केले. ते असे :

''महाराष्ट्रीय माणसे वात्रटपणे विनोद करतात की, शिवाजीचा पालक दादोजी कोंडदेव हाच त्याचा जनक वडील (Biological Father) होता. खरे म्हणजे शहाजीचा शिवाजीवर फार कमी प्रभाव असल्याने अनेक शिवचरित्र कथनकारांनी या प्रभावाची उणीव भरून काढण्यासाठी प्रथम दादोजी व नंतर रामदास यांना त्याच्या पित्याचे स्थान दिले आहे.''[२०]

अशा प्रकारचे अत्यंत खोडसाळ व बदनामकारक विधान कोणताही पुरावा नसताना केवळ ऐकीव गोष्टीवर अवलंबून करणे एक संशोधक म्हणून लेनची प्रतिष्ठा धुळीला मिळवणारे ठरते. एवढेच नव्हे, तर 'धर्मशास्त्रा'चा प्राध्यापक म्हणून त्याच्या नैतिक अध:पतनाचेही निदर्शक मानावे लागते.

लेनने हे आपल्या मनाचे लिहिलेले नाही अथवा त्याला आकाशवाणी झालेली नाही. त्याला कुणीतरी हेतुत: ही कुचाळकी सांगून ती ग्रंथात घालण्यास प्रवृत्त केले असावे; किंवा ही कुचाळकी ऐकल्यानंतर अमेरिकन भोगवादी संस्कृतीत वाढलेल्या लेनला ती ग्रंथात घेण्याचा मोह टाळता आला नसावा.

मराठी माणसांच्या अस्मितेवर घाला घालणाऱ्या या विधानामुळे जेव्हा महाराष्ट्रात आगडोंब उसळला आणि लेनला ही कुचाळकी कोणी सांगितली, हे त्याने उघड करावे असा प्रश्न सर्वत्र विचारला जाऊ लागला तेव्हा त्याने, ''मी हा मजकूर विनोद म्हणून छापला. तो मला संशोधन केंद्रातील (म्हणजे भांडारकर इन्स्टिट्यूटमधील) कुठल्याही पुस्तकातून मिळालेला नाही वा संशोधनात मदत करणाऱ्या कुणा व्यक्तीकडूनही पुरविण्यात आला नाही. तो रस्त्यावर ऐकायला मिळाला. रस्त्यावर करण्यात येणाऱ्या विनोदाचाच तो एक भाग आहे.''[२१] असे जाहीर केले.

लेनचे हे स्पष्टीकरण मूळ गुन्हेगाराला पाठीशी घालून सारवासारव करणारे आहे. त्याच्या या वक्तव्यावर रस्त्यावरचे शेंबडे पोरही विश्वास ठेवणार नाही, मग अभ्यासकांची तर गोष्टच सोडा!

आपल्या भयंकर विधानासाठी 'रस्त्यावरच्या कुचाळक्यांचा वापर करून वर हा लेन साळसूदपणे आपल्या मुलाखतीत म्हणतो, 'I cannot be responsible for rumours'[२२] त्याचा हा बचाव म्हणजे त्याच्या निर्लज्जपणाची कमालच म्हटली पाहिजे!

लेनच्या उपरोक्त विधानातील आणखी एक खोटारडेपणा टीकाकारांच्या लक्षात आलेला नाही. तो म्हणजे त्याने म्हटले आहे की, अनेक शिवचरित्र-कथनकारांनी शिवाजी महाराजांच्या पित्याचे स्थान प्रथम दादोजीस व नंतर रामदासास देऊ केले आहे! या ठिकाणी लेन पूर्णपणे खोटी साक्ष उभी करतो आहे. आजपर्यंत कोणाही

शिवचरित्रकाराने असे म्हटलेले नाही अथवा सूचितही केलेले नाही. अशा प्रकारे खोटाच इतिहास सांगणारा मनुष्य जेव्हा म्हणतो 'I wrote a book that should be judged by the standards of international community of scholars',[२३] त्या वेळी त्याचा निषेध करण्यासाठी आमच्याकडे शब्द अपुरे पडतात!

लेनच्या या उद्‌गारात पाश्चात्त्य संस्कृतीचा, संशोधन पद्धतीचा अहंभाव दंभाच्या स्वरूपात प्रकट होताना दिसतो. तो मराठी माणसांच्या बुद्धीची नकळत हेटाळणी करणाराही ठरतो. प्रत्यक्षात मात्र त्याने पाश्चात्त्य ज्ञानसंस्कृतीची व तिच्या पोटात विकसित झालेल्या इतिहास-लेखनशास्त्राची (Historiography) अब्रू घालविली आहे.

एक संशोधक म्हणून लेनची किंमत विद्वत्तेच्या क्षेत्रात मातिमोल झालेली आहे. निदान आम्हा मराठी लोकांना तरी तसे वाटते. खरे तर लेन इतिहासाचा अभ्यासक नाही. तो धर्मशास्त्राचा अभ्यासक आहे. हे खरे की, धर्मशास्त्र हाही इतिहासाच्या कक्षेतच मोडणारा विषय आहे. तथापि, धर्मशास्त्राच्या क्षेत्रातून राजकीय इतिहासाच्या क्षेत्रात प्रवेश करणाऱ्या अभ्यासकाने अधिक सावधानतेने वावरले पाहिजे; पूर्वसूरींनी जे संशोधन केले आहे त्याची दखल घेतली पाहिजे, याचे भान लेनने ठेवलेले नाही. याचा परिणाम असा झाला की, भारताच्या मध्ययुगात इतिहासातील एका श्रेष्ठतम नायकाच्या चरित्राचे शिवधनुष्य उचलण्याचा त्याने हव्यास धरला आणि ते न पेलण्याने त्याच्या ओझ्याखालीच तो चिरडला गेला, असेच खेदाने म्हणावे लागेल.

लेनच्या ग्रंथाच्या संदर्भात आणखी एक गोष्ट प्रकर्षाने जाणवते. तो मातृभक्त दिसतो. त्याने आपले पुस्तक आपल्या मातेस 'मारी लेन' हिला अर्पण केले आहे : भारतवर्षात एक आदर्श माता म्हणून जिला गौरवाचे स्थान आहे, अशा एक स्त्रीच्या चारित्र्याचे हनन करणाऱ्या लेनने आपला ग्रंथ आपल्या मातेला अर्पण करावा, हा मोठाच विरोधाभास आहे!

लेनच्या ग्रंथाच्या शोकान्तिकेची कारणमीमांसा करता असे दिसून येते की, त्याने आपल्या ग्रंथाची सारी भिस्त शिवभारतासारखे पुराणसदृश ग्रंथ, चिटणीस, शिवदिग्विजय यासारख्या बखरी, संतविजयसारखे धार्मिक ग्रंथ आणि डफ, रानडे यांच्यासारख्या ठरावीक इतिहासकारांची शिवचरित्रे यावर ठेवली आहे. विशेषत: बखरीतील अतिरंजित व अनैतिहासिक कथांची चिकित्सा न करता त्याने त्या आपल्या निष्कर्षासाठी आधार म्हणून घेतल्या आहेत. तत्कालीन कागदपत्रांची तो दखल घेत नाही. तसेच तो आधुनिक काळातील शिवचरित्रकार व संभाजी-चरित्रकार वा. सी. बेंद्रे यांच्या ग्रंथांची व त्यामधील संशोधनाचीही तो दखल घेत नाही.

फक्त बेंद्रे यांचे ग्रंथ जरी लेनने वाचले असते, तरी मराठी इतिहासातील अनेक घटनांच्या सत्येतिहासाचे दर्शन त्याला झाले असते; आणि मग - शहाजीराजांनी जिजाबाईचा त्याग केला होता; संभाजीराजाने ब्राह्मण ललनांना शीलभ्रष्ट केले होते,

[२४] तसेच त्याने आपल्या सावत्र मातेचा वध केला होता – अशासारखी अनैतिहासिक विधाने त्याने केली नसती.

लेनचे विधान व विचारवंतांच्या प्रतिक्रिया

जेम्स लेनच्या ग्रंथावर हल्ला करून त्याच्या विकृत विधानांना चव्हाट्यावर आणण्याचे पहिले धाडस साप्ताहिक 'चित्रलेखा'चे संपादक ज्ञानेश महाराव यांनी दाखवले. दिनांक २२ डिसेंबर २००३च्या 'चित्रलेखा'च्या अंकात 'विदेशी पुस्तक व देशी मस्तक' या शीर्षकाखाली त्यांनी लेनचे विचार प्रसिद्ध करून 'शिवरायाप्रमाणेच जिजाबाईंना दैवत मानणाऱ्यांच्या काळजाला अट्टल कोब्रा नाग डसावा, अशी ही विषारी पिचकारी आहे', अशी आपली प्रतिक्रिया नोंदवली.[२५]

आणि मग महाराष्ट्रातील लोकमत हळूहळू प्रक्षुब्ध होत गेले. यातूनच ४ जानेवारी २००४ रोजी मराठा सेवा संघाच्या संभाजी ब्रिग्रेडने पुण्याच्या भांडारकर इन्स्टिट्यूटवर हल्ला चढविला आणि त्यानंतर सर्वत्र एकच हलकल्लोळ माजला! संभाजी ब्रिगेडचा तीव्र शब्दांत निषेध करीत असता अनेक विचारवंतांनी जेम्स लेनचा व त्याला विकृत माहिती पुरविणाऱ्या व्यक्तींचा व प्रवृत्तींचाही निषेध केला.

थोर समाजवादी नेते प्रा. मधू दंडवते यांनी म्हटले की, 'ऐकीव दंतकथा किंवा कुटाळकीने पसरवलेल्या महान व्यक्तीच्या जीवनाबद्दलच्या अफवा हा इतिहासाचा आधार होऊ शकणार नाही. हा संकेत पाळला गेला नाही, तर इतिहासलेखनाची विश्वासार्हता संपुष्टात येईल. नागरिकांची सहिष्णुता आणि इतिहासकारांची विश्वासार्हता यांची सांगड हीच इतिहास संशोधनाची खरी आधारशीला होऊ शकते.''[२६]

डॉ. बाबा आढाव यांनी म्हटले आहे, की लेनची ही विधाने म्हणजे 'त्याच्या विद्वत्तेची दिवाळखोरी' असून, त्याने ती केवळ सनसनाटी निर्माण करण्याचा हेतू मनात ठेवून स्टंटबाजी केलेली दिसते.[२७]

प्रसिद्ध विचारवंत व ज्येष्ठ पत्रकार मुकुंदराव किर्लोस्कर यांनी लिहिले आहे – ''लेनची विधाने अत्यंत खोडसाळ व हेतुपूर्वक गैरसमज निर्माण करणारी आहेत... विलक्षण चीड यावी अशीच आहेत. त्यामुळे मि. लेन यांचा शक्य त्या प्रकारे निषेध करणे आवश्यक आहे. त्या दृष्टीने त्यांच्या पुस्तकावर घालण्यात आलेली बंदी हे योग्य दिशेने टाकलेले पाऊल आहे. एवढेच नव्हे, तर मि. लेन यांना खोटी माहिती पुरविणाऱ्यांचा शोध घेऊन अशा व्यक्तीला व खुद्द मि. लेन यांना कडक शासन होणे ही काळाची गरज आहे.''[२८]

दुसरे प्रसिद्ध समाजवादी विचारवंत प्रा. शेखर सोनाळकरांनी विधानातील विकृत मनोभूमिकेवर हल्ला करताना म्हटले आहे –

''लेनच्या विधानावरून संबंधित विधान कुचाळक्यांच्या स्वरूपातील आहे.

वस्तुत: असे विधान काही विशिष्ट जातीची मंडळी महाराष्ट्रात खासगीत करीत असतात. त्यामागे वर्णवर्चस्ववादी मनोभूमिका आहे. इतकी थोर, बुद्धिवान आणि कर्तृत्ववान व्यक्ती फक्त आमच्या जातीत जन्माला येऊ शकते; बुद्धिमत्तेचा सारा ठेका फक्त आमच्याकडेच आहे; महाराष्ट्रातील सगळी कर्तृत्ववान माणसे आमच्याच जातीत जन्माला आली आहेत. मग हा अपवाद कसा? कदाचित याचे मूळ आमच्या जातीत असेल, अशी ही घृणास्पद व विकृत मनोभूमिका आहे.[२९]

अशाच प्रकारची प्रतिक्रिया बहुजनवादी विचारवंत न्या. बी. जी. कोळसे - पाटील यांनी दिलेली आहे. ते म्हणतात, ''इतका कुजका मेंदू, इतकी नीच मनोवृत्ती व विकृत प्रवृत्ती या देशात, विशेषत: पुण्यात का निर्माण होते, याचे संशोधन इतिहासकारांनी व समाजशास्त्रज्ञांनी नव्हे तर मानसशास्त्रज्ञांनीही करण्याची गरज आहे.''[३०]

इतिहासाचे एक अभ्यासक म्हणून भालचंद्रराव पटवर्धन यांनी आपल्या लेखात व्यक्त केलेली प्रतिक्रिया अधिक मार्मिक आहे. ते म्हणतात,

''लेनची काही विधाने त्याच्या प्रामाणिक संशोधकीय दृष्टिकोनापेक्षा ती सहेतुक बुद्धिपुरस्सर सनसनाटी निर्माण करण्यासाठीची वाटतात... शहाजीराजे शिवाजीराजाचे जनक वडील नव्हते असे सूचित करणे हे असत्य, अविश्वासार्ह व धक्कादायक आहे... आपल्या अशा विधानांनी लेन दुर्दैवाने अभ्यासकाच्या नव्हे, तर निंदकाच्या वर्गात जाऊन बसला आहे; आणि त्यामुळे त्याचा शिवचरित्राच्या प्रेमाविषयीचा दावा फोल ठरला आहे.''[३१]

वर ज्यांच्या प्रतिक्रिया दिल्या आहेत ती सर्व महाराष्ट्रातील जाणती, जबाबदार व सामाजिक भान असणारी मंडळी आहेत. या सर्वांनी संभाजी ब्रिगेडने भांडारकर इन्स्टिट्यूटवर केलेल्या हल्ल्याचा तीव्र निषेध केलेला आहे, हे लक्षात घ्यावे. तेव्हा या प्रतिक्रिया एकांगी नव्हेत. त्या सुसंस्कृत मराठी समाजाच्या प्रातिनिधिक आहेत, असे मानावयास हरकत नसावी.

'भांडारकर'वरचा हल्ला आणि विचारवंतांच्या प्रतिक्रिया

जेम्स लेनने आपल्या ग्रंथात त्याला लिखाणाच्या कामी ज्यांचे साह्य व सहकार्य झाले त्यांचे आभार मानले आहेत. अशा मंडळीत 'भांडारकर' मधील ग्रंथपाल वा. ल. मंजुळ, डॉ. श्रीकांत बहुलकर आणि डॉ. सुचेता परांजपे यांची नावे आहेत. मंजुळ यांनी लेनला ग्रंथ उपलब्ध करून दिले; डॉ. बहुलकर यांनी त्याला 'शिवभारत' या संस्कृत ग्रंथाचे भाषांतर करून दिले आणि डॉ. परांजपे यांनी त्याला मराठी शिकवले, अशी माहिती पुण्याचे म. अ. मेहेंदळे यांनी एका लेखात दिली आहे.[३२]

लेनचे 'भांडारकर'मधील अनेकदाचे दीर्घकाल वास्तव्य, तेथील मंडळींशी

आलेले त्याचे साहचर्य, त्यांनी त्याला केलेले सहकार्य, या पार्श्वभूमीवर त्याला विकृत माहिती पुरविणारी हीच मंडळी आहेत, असा ग्रह अनेकांनी करून घेतला. परिणामी, पुण्यातील शिवसेनेच्या कार्यकर्त्यांनी डॉ. बहुलकरांच्या तोंडाला काळे फासले! - (२२ डिसेंबर २००३). त्यानंतर अवघ्या १५ दिवसांनी 'संभाजी ब्रिगेड'च्या ७२ तरुण कार्यकर्त्यांनी खुद्द 'भांडारकर'वर हल्ला करून तेथील फोटो, फर्निचर व ग्रंथ यांची नासधूस केली! या घटनांचे पडसाद महाराष्ट्रात तीव्रतेने उमटले! प्रसिद्धी माध्यमांनी 'भांडारकर'वरील हल्ल्यास भडक प्रसिद्धी देऊन भांडारकर संस्था जणू काय जमीनदोस्त झाल्याचे व तेथील सर्व ग्रंथसंपदेचा प्रचंड विध्वंस झाल्याचे चित्र उभे केले. 'संभाजी ब्रिगेड'च्या कार्यकर्त्यांचा 'विध्वंसक, रानटी, गुंड' अशा शेलक्या विशेषणांनी निषेध केला गेला. महाराष्ट्रातील विचारवंतांनीही वृत्तपत्रे, टी. व्ही., निषेध सभा यांच्या माध्यमांतून तीव्र प्रतिक्रिया व्यक्त केल्या.[३३]

दरम्यानच्या काळात महाराष्ट्र शासनाने लेनच्या ग्रंथावर बंदी जाहीर केली आणि त्याच्यावर खटला भरण्याचेही जनतेला जाहीर आश्वासन दिले. एवढेच नव्हे, तर इंटरपोलची मदत घेऊन जेम्स लेनला भारतात आणण्याचीही भाषा केली गेली!

या घटनांनी 'भांडारकर'वरील हल्ल्यातून उद्‌भवलेल्या आगडोंबात अधिकच तेल ओतले गेले आणि मग वृत्तपत्रे व टी. व्ही. यांच्या माध्यमातून विचारवंतांच्या प्रतिक्रियांचा महापूरच लोटला. लेनच्या पुस्तकावर शासनाने घातलेल्या बंदीमुळे अभिव्यक्ती स्वातंत्र्यावर फार मोठा घाला पडला आहे, असा डांगोरा पिटून अनेक अभिजनवादी विचारवंतांनी महाराष्ट्रात वैचारिक रान उठविले.

'भांडारकर'वरील हल्ल्याच्या प्रतिक्रियांमध्ये तीन प्रकार दिसून येतात. पहिल्या प्रकारात हल्ल्याचा कठोर शब्दांत निषेध करून, अभिव्यक्ती स्वातंत्र्याची पायमल्ली होत असल्याबद्दल संताप व्यक्त केला आहे. तथापि, लेनच्या 'त्या' विधानांबद्दल मौन बाळगले आहे. दुसऱ्या प्रकारात लेनच्या 'त्या' विधानाचा जाताजाता उल्लेख करून 'भांडारकर'वरील हल्ल्याचा तीव्र निषेध व अभिव्यक्ती स्वातंत्र्याचा जोरदार पुरस्कार केलेला आहे. आणि तिसऱ्या प्रकारात 'त्या' विधानांचा व 'त्या' हल्ल्याचा, अशा दोन्ही घटनांचा सारखाच निषेध करून समाजस्वास्थ्यासाठी मार्गदर्शन केलेले आहे.

प्रतिक्रिया देणाऱ्यांमध्ये जे अभिजनवादी आहेत, त्यांना 'भांडारकर'वरील हल्ला जिव्हारी लागला आहे, तर बहुजनवादी आहेत त्यांना जिजाबाईंवरील हल्ल्याने व्यथित आणि क्रुद्ध बनवले आहे. न्या. कोळसे-पाटील, ज्ञानेश महाराव, प्रा. फक्रुद्दीन बेलूर अशी काही बहुजनवादी विचारवंतांची नावे देता येतील.

संभाजी ब्रिगेडने 'भांडारकर'सारख्या प्राच्य विद्येचे संशोधन व संवर्धन करणाऱ्या नामवंत संस्थेवर केलेल्या हल्ल्याचा निषेध करायलाच हवा. त्यासाठी हातचे

राखण्याचे कारण नाही. कोणीही विचारी व्यक्ती या हल्ल्याचे समर्थन करणार नाही. आम्हीही ते करीत नाही. खरे तर राजमाता जिजाबाईंवरील हल्ल्याने संभाजी ब्रिगेडलाच नव्हे तर सर्व मराठी लोकांना संताप आलेला होता. तथापि, संभाजी ब्रिगेडच्या हातून संतापाच्या पोटी जी हिंसक कृती झाली, ती लोकशाहीच्या जमान्याशी सुसंगत नाही.

संभाजी ब्रिगेड ही मराठी सेवा संघ या संघटनेची एक शाखा आहे. सेवा संघाने जर ठरविले असते, तर ते एक लाख मराठा तरुणांचा मोर्चा विधान सभेवर अथवा 'भांडारकर'वर घेऊन जाऊ शकले असते. अशा मोर्च्याने त्यांना 'हल्ल्या'इतकी प्रसिद्धी मिळाली नसती, हे खरे; पण त्यांची नैतिक ताकद वाढली असती आणि लेनविरुद्ध लढणाऱ्यांचे हात अधिक बळकट झाले असते.

आता असे झाले की, 'भांडारकर'वरील हल्ल्याने समाजाची जी सहानुभूती त्या संस्थेबद्दल निर्माण झाली, तिचा फायदा लेनवाद्यांना मिळाला आणि ग्रंथावरील बंदीमुळे तर तथाकथित अभिव्यक्ती स्वातंत्र्यवाल्यांना लेनच्या डोक्यावर संरक्षणात्मक छत्र धरण्याची संधी मिळाली.

शेवटी आणखी एक मुद्दा स्पष्ट व्हायला हवा. जेम्स लेनचा जिजाबाईंवरील हल्ला व संभाजी ब्रिगेडचा 'भांडारकर'वरील हल्ला, या दोन्हीही घटना निषेधार्ह होत यात शंकाच नाही. तसेच या दोन्हीही घटना निंद्यही आहेत, हेही स्पष्ट आहे; पण यातील अधिक निषेधार्ह, अधिक निंद्य घटना कोणती?

करोडो मराठी लोकांच्या हृदयात श्रद्धेचे व दैवताचे स्थान मिळविलेल्या एका समाजमातेच्या चारित्र्यावरील हल्ला हा दगडामातीच्या निर्जीव वास्तूवरील हल्ल्यापेक्षा अधिक निषेधार्ह, अधिक निंद्य नाही काय?

... आणि येथेच एखाद्या समाजाची अस्मिता महत्त्वाची की एखाद्या व्यक्तीचे अभिव्यक्ती स्वातंत्र्य महत्त्वाचे, असा प्रश्न उभा राहतो. विशेषत: 'भांडारकर'वरील हल्ला व लेनच्या ग्रंथावरील बंदी यांनी हा प्रश्न पुन्हा एकदा ऐरणीवर आणला आहे!

अस्मिता महत्त्वाची की अभिव्यक्ती स्वातंत्र्य?

'भांडारकर' वर झालेल्या हल्ल्याच्या ज्या प्रतिक्रिया उमटल्या, त्यातून अभिव्यक्ती स्वातंत्र्याचा जोरदार पुरस्कार करणाऱ्या दोन-तीन प्रतिक्रिया वानगीदाखल पाहिल्यास त्यांचे या संदर्भात काय म्हणणे आहे, हे लक्षात येते.

'भांडारकर'वरील हल्ल्यानंतर लगेचच 'महाराष्ट्र टाइम्स'मध्ये मुंबईच्या विदुषी डॉ. वर्षा शिरगावकर यांनी लेख लिहून आपली जळजळीत प्रतिक्रिया दिला. त्यांनी म्हटले -

''आपण एखाद्या व्यक्तीला दैवी पातळीवर बसवतो, तेव्हा तिच्याबद्दलच्या

विश्लेषणाचा आमच्या मनात कधीच विचार येत नाही. त्या व्यक्तीबद्दल विश्लेषणात्मक कोणी काही लिहिले तर आमच्या अभिमानाचा अंगार इतका फुलतो की त्याचा वणवा होतो... अमुक विशिष्ट ऐतिहासिक व्यक्तीबद्दल लिहिणे, ही आमचीच मक्तेदारी असून इतरांनी तसा प्रयत्न केल्यास आम्ही पुरावे नष्ट करू, असा दहशतवाद पसरवू की परत कुणी आमच्या अतीव प्रीतीच्या व्यक्तीबद्दल लिहिण्याचे धाडस करणार नाही. ही वृत्ती पाशवी वृत्तीपेक्षा वेगळी नाही. इतिहास संशोधन ही कोणाची मक्तेदारी नाही.''[३४]

जेम्स लेनने विश्लेषणवजा जे लिहिले आहे, त्यास कोणाचाच विरोध असण्याचे कारण नाही; अथवा शिवचरित्राचे लेखन करणे ही आमचीच मक्तेदारी आहे, असेही कोणी समजत नाही. 'भांडारकर'वरील हल्ला यामुळे झाला नसून, तो राजमाता जिजाबाईंच्या चारित्र्यावर खोटे आरोप लेनने केले, याबद्दल झाला, याकडे डॉ. शिरगावकर यांनी दुर्लक्ष केले आहे. स्वत: एक स्त्री असूनही त्यांनी जिजाबाईंच्या चारित्र्यावर झालेल्या हल्ल्याबद्दल अवाक्षरही काढलेले नाही!

दुसरी प्रतिक्रिया आहे ज्येष्ठ पत्रकार व विचारवंत प्रकाश बाळ यांची. आधुनिक विज्ञान व तंत्रज्ञान यांच्या मदतीने आपण प्रगत झालो, तरी आपली मने अजूनही मध्ययुगात आहेत, हे प्रतिपादन करताना ते लिहितात -

''आपला समाज परंपरागत व पुराणमतवादीच राहिला आणि राज्यसंस्था मात्र आधुनिक बनत गेली. अशा परिस्थितीत अभिव्यक्ती स्वातंत्र्याला या परंपरा व पुराणमतवादाच्या मर्यादा पडल्या. भांडारकर प्राच्यविद्या संस्थेवर झालेला हल्ला आणि जेम्स लेनच्या पुस्तकावरून उडालेला गदारोळ हा या विसंगतीचाच परिपाक आहे.''[३५]

बाळांनी आपल्या लेखात पाश्चात्त्य देशांत राष्ट्राध्यक्ष, राजघराण्यातील व्यक्ती यांची 'लफडी' सत्यशोधनाच्या उद्देशाने तिकडचे लेखक कसे बाहेर काढतात, तरीही त्यांना अभिव्यक्ती स्वातंत्र्याच्या नावाखाली कसे अभय दिले जाते, याची अनेक उदाहरणे दिली आहेत; पण हे सत्यशोधन कागदपत्रांच्या आधारे, साक्षीपुराव्यानिशी केले जाते; जेम्स लेनसारखे रस्त्यावरच्या गोष्टी ऐकून नव्हे. लेनची 'ती' विधाने कागदपत्रांच्या आधारावर केलेली नाहीत. इतिहास-लेखनशास्त्राशी तो प्रामाणिक राहिलेला नाही. अशा लेखकाचा निषेध किंवा त्याच्या पुस्तकावर बंदी केवळ आपण 'आधुनिक युगात' आहोत हे सिद्ध करण्यासाठी घालायची नाही काय?

बाळ यांनीही लेनने जिजाबाईंच्या संदर्भात केलेल्या बेजबाबदार विधानासंबंधी एक अक्षरही खर्च केलेले नाही.

७ फेब्रुवारी २००४ रोजी NDTV वर Big Fight या कार्यक्रमात शिवसेनेचे नेते संजय निरुपम, राष्ट्रवादी कॉंग्रेसचे नेते जितेंद्र आव्हाड आणि 'लोकसत्ता'चे त्या

वेळचे संपादक व नामवंत विचारवंत कुमार केतकर यांची आमनेसामने मुलाखत घेतली गेली. लेनच्या पुस्तकावर शासनाने घातलेली बंदी हा चर्चेचा मुख्य विषय होता. चर्चेच्या प्रारंभीच केतकरांनी आपली भूमिका स्पष्ट केली, ती अशी –

"ही पुस्तकबंदी केवळ लोकशाहीविरोधीच नव्हे तर संस्कृतीविरोधीही आहे. अशा मार्गाने जाणारे शेवटी बुद्धाच्या मूर्ती फोडणारे तालिबानवादीच होणार! भांडारकर संस्थेवरील हल्ला हा निव्वळ रानटीपणा असून, पुस्तकावरील बंदी ही हुकूमशाहीचे निदर्शक आहे.(It is nothing but sheer bararism to Attack Bhandarkar Institute and it is absolutely dictatorial to ban the book). आपण लोकशाहीत राहतो. आम्ही संस्कृती, परंपरा व विचारस्वातंत्र्य यांची बूज ठेवली पाहिजे. विचाराला विचाराने, पुस्तकाला पुस्तकाने उत्तर दिले पाहिजे. दगडांनी नव्हे!"[३६]

कुमार केतकर यांनी लोकशाही जीवनपद्धतीमधील अभिव्यक्ती स्वातंत्र्याचा जो जोरदार पुरस्कार केला आहे आणि विचाराला विचाराने उत्तर द्यावयास हवे, दगडांनी नव्हे, असे जे म्हटले आहे, त्याच्याशी कुणीही विचारी माणूस सहमत होईल. जिथे विचार तिथे विचाराने उत्तर देता येईल; पण जिथे विकार आहे, विकृती आहे, तिथे काय करायचे?

केतकरांनी अशा विकृतीच्या संदर्भात म्हटले आहे -

जिजाबाई, शिवाजी महाराज ही अशी काही लहान व्यक्तिमत्त्वे नाहीत, की कुणा अशा लेनकडून ती कलंकित होतील. आपण अशा प्रकारचे विकृत लेखन करणाऱ्या लेखकांची उपेक्षा केली पाहिजे, त्यांच्याकडे दुर्लक्ष केले पाहिजे – (We should ignore such bad authors). लोकशाहीच्या, संस्कृतीच्या संवर्धनासाठी आपण लेनसारख्या विकृत प्रवृत्तीच्या माणसाकडे दुर्लक्ष केले पाहिजे, म्हणजेच आपण त्याकडे अधिक क्षमाशील दृष्टीने पाहिले पाहिजे," केतकरांचा हा उपदेश कितीही उदात्त वाटला, तरी तो सामान्य मराठी माणसाला पटणारा नाही. याचे कारण लेनने आपल्या अस्मितेवरच हल्ला केला आहे, असे त्यास वाटते.

लेनने काढलेले अनेक निष्कर्ष सामान्य माणसालाच काय पण अभ्यासकांनाही न पटणारे आहेत. उदाहरणार्थ, शिवरायाच्या स्वराज्यस्थापनेमागे देश स्वतंत्र करण्यापेक्षा स्वत:चे राज्य स्थापन करण्याची व्यक्तिगत महत्त्वाकांक्षा होती, हा त्याचा निष्कर्ष कोणाला पटेल? तथापि, हा आपणाला न पटणारा निष्कर्ष काढण्याचे लेनला पूर्ण स्वातंत्र्य आहे, हे कोणीही नाकारणार नाही; पण समाजातील काही अपप्रवृत्तीच्या लोकांच्या कुचाळक्या ऐकून जिजाबाईसारख्या समाजाकडून 'पुण्यश्लोक' मानल्या गेलेल्या थोर स्त्रीच्या चारित्र्यावर जर तो हल्ला करीत असेल, तर तो त्याला लेखक म्हणून मिळणाऱ्या अभिव्यक्ती स्वातंत्र्याचा गैरवापर करीत आहे, हे स्पष्ट आहे. मराठी माणसाचा संताप बरोबर येथेच आहे. येथेच त्याची अस्मिता दुखावली गेली

आहे; कारण तो स्वत:च्या मातेइतकीच जिजाबाईंना पूजनीय मानतो. पवित्र मानतो.

मराठी समाजाच्या अस्मितेचा सकारात्मक भाव आपण लक्षात घेतला पाहिजे. ज्ञानेश्वर-तुकाराम, शिवाजी-संभाजी, रानडे-गोखले, फुले-शाहू-आंबेडकर अशा अनेक थोर पुरुषांच्या कार्याने निर्माण झालेली आणि त्यांच्या विचारावर पोसलेली ही मराठी अस्मिता आहे. अस्मिता म्हणजे दुरभिमान नव्हे किंवा इतर धर्मीयांशी शत्रुत्वही नव्हे. तेव्हा अशी अस्मिता निर्माण करण्याऱ्या स्त्री-पुरुषांना समाजाने दैवते मानली, तर तो त्या समाजाच्या श्रद्धेचा विषय आहे, असे आपण का समजू नये? लोकशाहीमध्ये अशी श्रद्धा जपण्याचा, जोपासण्याचा, त्या समाजाला हक्क नाही काय?

लोकशाहीमध्ये अभिव्यक्ती स्वातंत्र्य जेवढे महत्त्वाचे आहे, तेवढेच आपली संस्कृती व परंपरा जपण्याचे स्वातंत्र्य महत्त्वाचे आहे. दोन्ही क्षेत्रांतील स्वातंत्र्याच्या पुरस्कर्त्यांनी काही मर्यादा, काही आवश्यक बंधने पाळलीच पाहिजेत. स्वातंत्र्य म्हणजे स्वैराचार नाही. लेनने जिजाबाईंवरील हल्लाच्या संदर्भात अभिव्यक्ती स्वातंत्र्याच्या नावाखाली स्वैराचार केला आहे.

असा स्वैराचार करून एखादा अभ्यासक जर एखाद्या समाजाच्या अस्मितेवर हल्ला करीत असेल, तर त्या समाजाला त्याला विरोध करण्याचा, त्याचा निषेध करण्याचा, त्याच्या कृतीला पायबंद घालण्याचा जरूर हक्क आहे. अर्थात हे सर्व लोकशाही मार्गानेच व्हायला हवे. हिंसात्मक मार्गाने नव्हे, मग लोकांचे प्रतिनिधित्व करणाऱ्या शासनाने अशा लेखकास पायबंद घालण्यासाठी त्याच्या पुस्तकावर बंदी आणणे, ही घटना लोकशाहीत बसणारी का ठरू नये?

शेवटी आणखी एका मुद्द्याचा खुलासा होणे गरजेचे आहे. 'भांडारकर'वरील हल्ला हा हिंसात्मक व रानटी मानला, तर जिजाबाईंसारख्या स्त्रीवरील हल्ला हिंसात्मक व रानटी नाही काय? दगडमातीच्या इमारतीची मोडतोड म्हणजे हिंसाचार आणि हाडामासाच्या जगद्वंद्य स्त्रीची विटंबना म्हणजे हिंसाचार नव्हे? स्त्रीला आपले चारित्र्य प्राणाहून पवित्र असते. अशा चारित्र्यावर सहेतुक हल्ला करणारे कृत्य हिंसात्मक व रानटी नव्हे काय?

असे जर असेल, तर कुमार केतकर लेनच्या त्या विधानाचे वर्णन 'It is nothing but sheer babarism to attack the character of Jijabai' असे करणार आहेत काय? त्यांनी तसे करावयास हवे. लेनच्या पापाचे माप त्याच्या पदरात टाकायलाच हवे. त्यासाठी अभिव्यक्ती स्वातंत्र्याचा फायदा लेनला देण्याचा उदारमतवाद कशासाठी?

जेम्स लेन प्रकरणांचा बोध काय?

जेम्स लेन व त्याचे शिवचरित्र हे प्रकरण बराच काळ महाराष्ट्रात गाजत

राहिले. त्यामुळे महाराष्ट्राचे समाजकारणच नव्हे तर राजकारणही ढवळून निघाले. या प्रकरणाचा कोणी कसा उपयोग करून घेतला त्याच्या खोलात आपण गेलो नाही, तरी त्याचा महाराष्ट्राच्या समाजकारणावर झालेल्या गंभीर परिणामाची आपण दखल घेतली पाहिजे.

या प्रकरणामुळे महाराष्ट्रातील ब्राह्मण-ब्राह्मणेतर वाद पुन्हा उफाळून वर आला, हे वास्तव दडविण्यात काही हशील नाही. हा वाद फार जुना असून, त्याची पाळेमुळे फुले-शाहूंच्या काळापर्यंत जाऊन पोहोचतात. हा वाद ब्राह्मणेतरांनी सुरू केला असला, तरी त्याचा मूळ उत्पादक वर्णवर्चस्ववादी ब्राह्मणवर्गच होता आणि त्यांच्यातील 'वर्णश्रेष्ठत्ववादी ब्राह्मण्य' हेच त्यास कारणीभूत होते, हा इतिहास आहे. तो कुणीही नाकारू शकत नाही.

खरे म्हणजे मुळा-मुठा व पंचगंगा नद्यांतून आतापर्यंत बरेच पाणी वाहून गेल्यानंतर तरी हा वाद इतिहासजमा व्हायला पाहिजे होता; पण दुर्दैवाने तो तसा झालेला नाही. तो अधूनमधून डोके वर काढतो. ब्राह्मणेतरांच्या अथवा बहुजन समाजाच्या मराठा सेवा संघासारख्या संघटना या ब्राह्मणी वर्णवर्चस्ववादाविरुद्ध सतत दंड थोपटून उभ्या असल्याचे चित्र दिसते. याउलट वर्णवर्चस्ववाद्यांचे प्रयत्न गनिमी काव्याचे, भूमिगत स्वरूपाचे असल्याचे दिसून येते.

याचे एक उदाहरण म्हणजे राजर्षी शाहू महाराजांच्या चारित्र्यहननाच्या कथा अद्यापिही मोठ्या चविष्टपणे खासगीत प्रसृत केल्या जातात. शाहू महाराजांच्या बहुजनांच्या उद्धाराच्या गोष्टींपेक्षा त्यांना अशा कथांमध्ये अधिक रस असतो. अशा कुचाळकीखोरांची परंपरा फुले-शाहूंच्या काळापासूनची आहे. खुद्द शाहू महाराजांना आपल्या कारकिर्दीच्या शेवटच्या चार-पाच वर्षांच्या कालखंडात अशा कुचाळकीखोरांकडून प्रचंड मनस्ताप दिला गेला होता.

अशा कुचाळकीखोर वर्णवर्चस्ववाद्यांची परंपरा चालवणारे लोक दुर्दैवाने आजही आपल्या समाजात आहेत, हेच जेम्स लेन प्रकरणावरून स्पष्ट होते. शिवाजीराजा हा एक पोर्तुगीज सरदाराचा पुत्र होता, असे बिनदिक्कतपणे सांगणाऱ्या पोर्तुगीज कॉस्म द गार्दामध्ये आणि शिवाजीराजाचे जनक वडील दादोजी कोंडदेव होते, असा प्रवाद निर्लज्जपणे पसरविणाऱ्या महाराष्ट्रातील कुचाळकीखोरांमध्ये फक्त देशकालाचाच फरक आहे, प्रवृत्तीचा नाही. दोघांच्या ठिकाणी वर्णवर्चस्ववादाचा दंभ आहे. शिवाजीराजासारखा असामान्य पुरुषश्रेष्ठ 'हिंदू' असणे शक्य नाही, असे कॉस्म द गार्दाला सुचवायचे होते; आणि महाराष्ट्रातील कुचाळकीखोरांना तो 'मराठा' असणे शक्य नाही, असे सुचवायचे आहे. हे अत्यंत घृणास्पद व संतापजनक आहे. ब्राह्मणेतर मराठा समाजाला याच दुष्टाव्याचा अधिक संताप आलेला आहे आणि 'भांडारकर'वरील हल्ल्याची खरी नस या संतापात आहे, हे वास्तव समाजधुरीणांनी

व विचारवंतांनी स्वीकारून समाजस्वास्थ्याच्या दृष्टीने मार्गदर्शन करायला हवे.

या घटनेमुळे ब्राह्मण-ब्राह्मणेतर अशा दोन्ही समाजांच्या दरम्यान संशयाचे व अविश्वासाचे धुके निर्माण झाले आहे. अशा परिस्थितीत ब्राह्मणेतर मंडळी सर्व ब्राह्मण समाजालाच वर्णवर्चस्ववादी म्हणून आरोपी करू पाहतील तर ते चुकीचे होईल. फुले-शाहू-आंबेडकर या तिघांनाही तत्कालीन ब्राह्मण वर्णवर्चस्ववाद्यांनी विरोध केला असला, तरी या तिघांचेही समाजकारणातील अनेक सहकारी ब्राह्मण होते, हे विसरता कामा नये.

महाराष्ट्रात इतिहास संशोधन व लेखन या क्षेत्रात ब्राह्मण आघाडीवर होते व त्यांनीच रामदास स्वामी व दादोजी कोंडदेव यांना शिवाजी महाराजांचे 'गुरुत्व' बहाल केले, हे जितके खरे; तितकेच या गुरुत्वाचा पर्दाफाश करून रामदास स्वामी हे शिवाजी महाराजांचे गुरू नव्हते, हे सत्य खणखणीतपणे प्रकाशात आणणारे प्रा. न. र. फाटक हे ब्राह्मणच होते, हे लक्षात घेतले पाहिजे. त्यांचे ऋण आजही ब्राह्मणेतर समाजातील नेते मान्य करतात. ब्राह्मणेतर समाजाने साने गुरुजी, एस. एम. जोशी अशा अनेक ब्राह्मण समाजातून आलेल्या बहुजनवादी गुणीजनांवर प्रेम केले आहे. अशी माणसे विशिष्ट अशा समाजाची नसतात. ती सर्व समाजाची असतात, हेही एक सामाजिक वास्तव आहे व ते दिलासा देणारे ठरावे.

या सर्व पार्श्वभूमीवर जेम्स लेन प्रकरणामुळे ब्राह्मण-ब्राह्मणेतर समाजाच्या दरम्यान जी दरी निर्माण झाली आहे ती कशी बुजवली जाईल, हे समाजातील विचारवंतांनी व धुरीणांनी पाहिले पाहिजे; कारण काळाची ती तातडीची गरज आहे. वर्णश्रेष्ठत्वाची प्रवृत्ती ही समाजातून सहजासहजी नष्ट होईल, अशा भाबड्या समजुतीखाली कोणी राहू नये. म. फुले यांना 'दुर्गंधी' म्हणणारे अधूनमधून डोके वर काढतीलही; पण ते टिकत नाहीत. 'फुले' टिकून आहेत. दिवसेंदिवस त्यांचे माहात्म्य राष्ट्रीय पातळीवर वाढत आहे. संसदेच्या प्रांगणात त्यांचा पुतळा उभारला गेला आहे. शाहू छत्रपतींचा पुतळा उभारला जातो आहे. तेव्हा कुणी जेम्स लेन अथवा कुणी बाळ गांगल यांनी उडविलेल्या शिंतोड्यांनी शिवरायांची अथवा म. फुल्यांची, शाहू छत्रपतींची प्रतिमा डागाळत नाही, हेही ध्यानात घ्यावे.

जेम्स लेन प्रकरणाचा हाही एक बोध आहे!

संदर्भ

१. The Indian Express, dt. Jan. 21, 2004

२. दै. सकाळ : १४ मार्च २००४

३. The Indian Express, dt. Jan. 21, 2004

४. गर्जे शिवरायांची तलवार – पृ. ४६

५. I tried to write a serious book about the way the stories of Shivaji's life got told... It is written as a study of how narratives are formed around great heroes.' — The Indian Express, dt. Jan. 21, 2004

६. Shivaji - Hindu King in Islamic India, Introduction, p. 43-44

७. लेनने आपल्या ग्रंथात 'Islamic' आणि 'Islamicate' अशा संज्ञा सर्वत्र वापरल्या आहेत. त्याचा अनुवाद आम्ही 'इस्लामी' व 'इस्लामग्रस्त' असा केला आहे.

८. Shivaji - Hindu King in Islamic India, Introduction, p.43-44

९. This sort of mystic and legendary biography becomes a narrative of Hindu identity in its opposition to Islam.' — कित्ता, पृ. ४९

१०. The fact that Ramdas is nowhere mentioned in documents associated with the king's coronation makes it unlikely that the saint was his personal guru or that he played a large role in inspiring his guest.' — कित्ता, पृ. ५२

११. कित्ता, पृ. ७०

१२. कित्ता, पृ. ६४, ७०-७८

१३. कित्ता, पृ. ८३-८८

१४. 'In short, besides the compelling stories, the account of Shivaji's biography is currently governed by neo-Hindu Nationalism, and the narrative has become so naturalized that it is difficult to imagine the story any other way.'—- कित्ता, पृ. ८८

१५. 'What I would prefer to do is to look once again at the emerging narrative that we have considered to see those places where the authors them selves have carefully avoided saying something or where they say something rather abruptly in order to answer some unexpressed concern.' —- कित्ता, पृ. ९०

१६. कित्ता, पृ. ८९

१७. कित्ता, पृ. ९०

१८. कित्ता, पृ. ९१

१९. कित्ता, पृ. ९१-९२

२०. 'The repressed awareness that Shivaji has an absentee father is also revealed by the fact that Maharastrians tell jokes naughtily suggesting that his guardian Dadoji Konddeo was his biological father. In a sense because Shivaji's father has little influence on his son, for many narrators it was important to supply him with father replacement, Dadoji and later Ramdas.'—- कित्ता, पृ. ९३

२१. दै. पुढारी : दि. ५ फेब्रु. २००४

२२. The Indian Express, dt. Jan. 21, 2004

२३. कित्ता

२४. 'His affronts to the chaste virtue of Brahmin women'— कित्ता, पृ. ९३

२५. गर्जे शिवरायाची तलवार, पृ. ७

२६. शिवजन्म : कुचाळकी ब्रिगेड आणि संभाजी ब्रिगेड, संपा. कॉ. गोविंद पानसरे, कोल्हापूर, २००४, पृ. १२

२७. दै. सकाळ : दि. १४ मार्च, २००४

२८. मुकुंदराव किर्लोस्कर यांनी भांडारकर इन्स्टिट्यूटवर झालेल्या हल्ल्याच्या पार्श्वभूमीवर 'वांझोटे निषेध काय कामाचे?' असा लेख 'सत्याग्रही विचारधारा' (मार्च २००४) या मासिकामध्ये लिहिला आहे. आपल्या प्रदीर्घ लेखात त्यांनी 'भांडारकर'वरील हल्ल्याचा कठोर शब्दांत निषेध करीत समाजस्वास्थ्याच्या दृष्टीने काय करायला हवे, याविषयी आपले मुक्त विचार मांडले आहेत.

२९. शिवजन्म, पृ. ५७

३०. दै. पुढारी : दि. ५ फेब्रु. २००४

३१. 'Some of the remarks of Laine seem more like wilfull, calculated sensationalism than honest scholarly approach... To suggest that Shahaji was not Shivaji's biological father is implausible, incredible and outrageous... Laine sadly gets categorised in the class of detractor, not scholar and his claim to a 'love for the Shivaji's story falls to pieces.' The Indian Express, dt. Jan. 21, 2004

३२. दै. सकाळ : दि. ३ जून, २००४

३३. निरनिराळ्या नियतकालिकांतून या संदर्भात विचारवंतांचे व अभ्यासकांचे जे लेख आले त्यापैकी काही लेखांचा संग्रह कॉ. गोविंद पानसरे यांनी 'शिवजन्म : कुचाळकी ब्रिगेड आणि संभाजी ब्रिगेड' या नावाने प्रसिद्ध केला आहे.

३४. दै.महाराष्ट्र टाइम्स : दि. १६ जानेवारी २००४

३५. दै. लोकसत्ता : २५ जाने. २००४

३६. 'Banning books is not only anti-democratic but it is anti-civilization. Ultimately they will end up like Taliban's destroying Buddha's. It is nothing but sheer barbarism to attack Bhandarkar Institute and it is absolutely dictatorial to ban the book. I think we are living in democ racy. We should respect civilization, culture and freedom of thought. Thought should be fought by thought, a book must be fought by book and not by stories' — NDTV : Big Fight, Feb. 7, 2004

संदर्भग्रंथ सूची

मराठी ग्रंथ

१. ऐतिहासिक मौलिक संशोधन - मु. गो. गुळवणी, पन्हाळा

२. गर्जे शिवरायांची तलवार - ज्ञानेश महाराव, मुंबई, २००४

३. गावगाडा (तृतीयावृत्ती) - त्रि. ना. आत्रे, मुंबई, १९५९

४. छत्रपती शिवाजी महाराज यांची पत्रे - संपा. डॉ. प्र. न. देशपांडे, धुळे, १९८३

५. छत्रपती संभाजी महाराज – वा. सी. बेंद्रे, पुणे, १९६०

६. छत्रपती संभाजी - स्मारक - ग्रंथ - संपा. डॉ. जयसिंगराव पवार, कोल्हापूर, १९९०

७. धर्मनिरपेक्षता आणि राष्ट्रीय एकात्मता - डॉ. जी. एस. सूर्यवंशी, कोल्हापूर, १९८९

८. बावडा दप्तर : खं. १ व २ - संपा. के. गो. सबनीस, कोल्हापूर, १९३७

९. भारत इतिहास संशोधन मंडळ - त्रैमासिक - भारत इतिहास संशोधन मंडळ, पुणे

१०. भारतवर्ष - संपा. द. ब. पारसनीस व ह. ना. आपटे

११. भारतीय राजवंश : एक सत्य संशोधन - प्रा. रा. आ. कदम, पुणे, १९९८

१२. मध्ययुगीन भारत, भाग २ - भारताचार्य चिं. वि. वैद्य, पुणे, १९२३

१३. मल्हार रामराव चिटणीसविरचित - शककर्ते श्री शिवछत्रपती महाराज ह्यांचे सप्तप्रकरणात्मक चरित्र - संपा. डॉ. र. वि. हेरवाडकर, पुणे, १९६७

१४. मराठ्यांच्या इतिहासाची साधने - संपा. वि. का. राजवाडे

१५. मराठ्यांच्या सत्तेचा उत्कर्ष - न्या. मो. रानडे (अनु. प्रा. न. र. फाटक), मुंबई, १९६४

१६. मराठी रियासत : खं. १ : शहाजीराजे भोसले, शककर्ता शिवाजी - (नवी संपादित आवृत्ती) - गो. स. सरदेसाई, मुंबई, १९८८
१७. महाराष्ट्र संस्कृती - डॉ. पु. ग. सहस्त्रबुद्धे, पुणे, १९७१
१८. मालोजी राजे व शहाजी महाराज – वा. सी. बेंद्रे, पुणे, १९६७
१९. मोल्सवर्थकृत मराठी-इंग्रजी शब्दकोश - सुधारित आवृत्ती, पुणे, १९७५
२०. राधामाधवविलासचंपू (जयराम पिंड्येकृत) - संपा. वि. का. राजवाडे, दुसरी आवृत्ती, पुणे, १९८९
२१. रामचंद्रपंत अमात्यकृत आज्ञापत्र - संपा. डॉ. रा. चिं. ढेरे व प्र. ना. जोशी, पुणे, १९६१
२२. विजापूरची आदिलशाही, (बुसातिन-उस-सलातीन) - संपा. वा. सी. बेंद्रे, मुंबई, १९६८
२३. शककर्ते शिवराय, खं. १ आणि २, (दुसरी आवृत्ती) विजय देशमुख, नागपूर, १९८४
२४. शिखर शिंगणापूरचा श्री शंभुमहादेव - डॉ. रा. चिं. ढेरे, पुणे, २००१
२५. शिवचरित्र - साहित्य : भारत इतिहास संशोधक मंडळ, पुणे
२६. शिवजन्म : कुचाळकी ब्रिगेड आणि संभाजी ब्रिगेड - संपा. कॉ. ॲड. गोविंद पानसरे, कोल्हापूर, २००४
२७. शिवपुत्र संभाजी - डॉ. कमल गोखले, पुणे, १९७१
२८. शिवाजी-निबंधावली, भा. १. - शिवचरित्र कार्यालय, पुणे, १९३०
२९. शिवकालीन-पत्रसार-संग्रह : खं. १ व २-संपा.-न. चिं. केळकर व द. वि. आपटे, पुणे, १९३०
३०. शिवकालीन महाराष्ट्र - डॉ. अ. रा. कुलकर्णी, कोल्हापूर, १९७८
३१. शिवचरित्र प्रदीप - संपा. द. वि. आपटे व स. म. दिवेकर, पुणे, शके १८४७
३२. श्री शिवछत्रपती - (संकल्पित शिवचरित्राची प्रस्तावना, आराखडा व साधने) त्र्यं. शं. शेजवलकर, मुंबई, १९६४
३३. श्री शिवछत्रपतींची ९१ कलमी बखर - संपा. वि. स. वाकसकर, पुणे, १९६२
३४. सनदापत्रातील माहिती - संपा. पु. वि. मावजी व द. ब. पारसनीस, पुणे, १९१३
३५. सभासदविरचित छत्रपती श्री शिवाजीराजे यांची बखर - संपा. शं. ना. जोशी, पुणे, १९६०

संस्कृत ग्रंथ

१. पर्णालपर्वत ग्रहणाख्यान - जयराम पिंड्ये, संपा. स. म. दिवेकर, पुणे, १९२३
२. परमानंदकाव्यम् - संपा. गो. स. सरदेसाई, बडोदा, १९५२
३. राजारामचरितम् - केशव पंडित, संपा. वा. सी. बेंद्रे, पुणे, १९३१

ENGLISH BOOKS

1. English Records on Shivaji; Vol. I & II - Ed. - Shiva Charitra Karyalaya, Poona, 1931
2. Shivaji and His Times - Sir Jadunath Sarkar, 6th Ed., Calcutta, 1961
3. Shivaji - Hindu King in Islamic India - James W. Laine, New Delhi, 2003
4. Shivaji the Great, Vol. I, - Dr. Bal Krishna, Kolhapur, 1932

व्यक्तिनाम सूची

◆